टीनएजर्सच्या मनात

डॉ. श्रुती पानसे

सकाळ प्रकाशन

सकाळ प्रकाशन

टीनएजर्सच्या मनात

© डॉ. श्रुती पानसे

प्रथम आवृत्ती : एप्रिल २०१६
तृतीय आवृत्ती : ऑक्टोबर २०२२

मुखपृष्ठ - मांडणी

प्रदीप खेतमर
आर्ट ॲडव्हर्टायझिंग, पुणे

प्रकाशक
सकाळ पेपर्स प्रा. लि.,
५९५, बुधवार पेठ, पुणे २.

संपर्क
पुस्तक प्रकाशन विभाग, सकाळ पेपर्स लि.,
फोन : ८८८८८ ४९०५० / ०२०-२४४०५६७८.

ISBN 978-93-84316-70-9

‘दिशा सापडतेच आपल्याला,
फक्त स्वतःवर विश्वास हवा’
हे सांगणाऱ्या क्षणांना...

भूमिका

मुलं मोठी होतात! ती होतच असतात. पुढे होणारही असतात, पण १२-१३ पासून १९-२०पर्यंतचा वयोगटाचा हा टप्पा काही वेगळाच. झोपाळ्यावाचून झुलायचं हे वय मुलामुलींना भरपूर आनंद देणारं असतं. मुलांच्या या आनंदात आई-बाबांना सहभागी व्हायचं असतं, पण हे नेहमीच शक्य होत नाही. कधी ते सहभागी व्हायचा प्रयत्न करतात, पण त्यांना होऊ दिलं जात नाही; तर कधी मुलांच्या 'आनंदा' मुळे आई-बाबांना कमी-जास्त प्रमाणात तापच होतो. मुलामुलींच्या इतर कोणत्याही वयोगटापेक्षा हा ताप काही वेगळाच! काही घरांमध्ये इतकी टोकाची वेळ येते, की आपल्या 'लाडक्या कार्ट्यां'च्या उच्छादामुळे पालकांना बीपीचा त्रास याच वयात सुरू होतो. आपली मुलं छोटी असतानाच किती छान, गोंडस, गोजिरवाणी होती! कशी नाचायची, बागडायची, हट्ट करायची आणि निष्कारण जागवायचीसुद्धा! पण तेही बरंच होतं; नव्हे, चांगलंच होतं, असं मनातल्या मनात का होईना, म्हणायची वेळ पालकांवर येते, इतकं हे वय वेड्यासारखं वागतं.

या वयाचे आणि या वयाने निर्माण केलेले प्रश्न काही वेगळेच. लहान असताना आई-बाबांच्या खोट्या खोट्या चिडण्यालासुद्धा मूल बिचकायचं आणि आईबाबा म्हणतील तसं करून मोकळं व्हायचं. आता मात्र खरंखुरं रागावून, संतापूनही फरक पडत नाही. 'नाही' असं सांगूनही हवं तेच करतं.

मुलांच्या प्रश्नांची आणि समस्यांची जातकुळीच बदललेली आहे हे जाणवतं. प्रत्येक दिवशी काही तरी वेगळंच... मुलं छोटी असताना काही प्रश्न निर्माण झाले तर घरातच सोडवणूक करता यायची. आता मात्र शाळा-कॉलेज, नवे मित्र-मैत्रिणी, कधी मित्र-मैत्रिणींचे पालक, असे सगळेच त्यात गुंतलेले असणार. किती आणि कसल्या कसल्या काळज्या करायच्या? आणि मुलामुलींचं काय, ते तर मस्त मजेतच असणार!

गंमत म्हणजे असे हे 'स्वतः झुलायचे' आणि 'पालकांच्या पोटात गोळा आणायचे दिवस' प्रत्येकाच्या आयुष्यात आलेले असतात. त्यामुळे आपले दिवस

आठवा. अगदी मोकळ्या मनाने, न संकोचता आठवा. छोटे छोटे प्रसंग, घरचे प्रसंग, दारच्या घटना, मित्र-मैत्रिणी, शिक्षक, अभ्यास, हट्ट, फॅशन्स सर्व काही आठवा.

तेव्हा अतिशय महत्त्वाच्या वाटलेल्या गोष्टी आज कुठे उरल्यात? या पार्श्वभूमीवर आज आपण कुठे आहोत? भूतकाळाची चांगली-वाईट ओझी आपण आजही बाळगून ठेवली आहेत का, की वयाच्या एकेका टप्प्यावर एकेक ओझं टाकून देऊन आपण पुढे सरकलो, याचाही लेखाजोखा एकदा मांडा.

हे सारं लक्षात घेऊन मुलामुलींच्या टीनएजचे दिवस मजेत घालवायचे आहेत हे लक्षात घ्या आणि पुढे चला. मुलं मजेत असतातच आणि असणारच आहेत. पण त्यांना आज ज्या गोष्टी खूप महत्त्वाच्या वाटतात, त्यातल्या किती तरी प्रत्यक्षात फक्त लाटा-लहरी असणार आहेत. अजून काही दिवसांत-वर्षांत त्यांचं अस्तित्वच उरणार नाही. हे भान त्यांना आज असणार नाही; पण पालक म्हणून आपल्याला नक्कीच हवे.

आमच्या वेळी असं नव्हतं, असं सारखं म्हणण्यात आणि दु:खी होण्यात काहीच अर्थ नाही. 'आमच्या वेळी'तल्या कोणत्या गोष्टी आजही जशाच्या तशा शाबूत आहेत? अगदी रोजच्या उदाहरणातून बघायचं झालं, तर आपल्या वेळच्या वस्तूंच्या किमती, तेव्हाचं स्वच्छ हवा-पाणी, खाण्यापिण्याच्या सवयी, तेव्हाची कौटुंबिक व्यवस्था, अशा कित्येक गोष्टींची यादी करता येईल. इतक्या साऱ्या गोष्टी बदलल्या आहेत. शाश्वत टिकणाऱ्या अशा जीवनमूल्यांमध्येही किती तरी बदल झाले आहेत. मग पालक-मूल हे संबंध तरी आपल्या वेळेप्रमाणेच कसे काय राहतील? याचा अर्थ मुलांच्या मनाप्रमाणे सर्व गोष्टी बदलायच्या, त्यांच्या सगळ्या मागण्या पूर्ण करायच्या, असा होत नाही. ते असं का म्हणताहेत, असा हट्ट का करताहेत, हे समजून घेतलं तर मार्ग आपल्यालाच सापडेल हे नक्की. त्यासाठी स्वत: समानतेने वागणारे आणि मुलामुलींना समानतेने व्यक्त होऊ देणारे पालक मात्र हवेत.

गेल्या काही वर्षांत असं दिसून येतंय, की वयात येण्याचं वय अलीकडे येतंय. दहाव्या-बाराव्या वर्षी मुली वयात येताहेत. म्हणजे मोठं होण्याची प्रक्रिया त्याही आधी वर्ष-दीड वर्ष चालू असते. ही प्रक्रिया सुप्तावस्थेत असते. मुलांच्या बाबतीत दृश्य परिणाम ठळक दिसत नसले तरी याच्या आसपास मुलंही वयात येऊ लागलेली असतात.

एकीकडे शारीर पातळीवर मुलं-मुली मोठी होताहेत असं दिसत असलं तरी ती परिपक्व नसतात, लहानच असतात. लैंगिक भावना अबोध मनात असतात, ज्यांची

त्यांना जाणीवही नसते. खरं तर ते अतिशय अल्लड, खेळकर आणि हवंहवंसं वाटणारं बालपण जगत असतात. इतरांच्या दृष्टीने ते मोठे होत असतात, झालेले असतात; पण अजून मनाने छोटेच असतात. बालपण आणि लवकर आलेलं मोठेपण यांची सांगड त्यांना घालता येत नाही.

मुलामुलींपेक्षाही जास्त गोंधळ असतो तो आई-बाबांच्या मनात. विशेषत: आईवर्गाच्या बाबतीत सांगायचं, तर आपली मुलगी दहाव्या-अकराव्या वर्षी वयात येईल हे मनाने पेलवतच नाही. वयात आलं की तिचं बालपण संपेल की काय याची काळजी असते. अजून तरी हे स्वत:च एक बाळच आहे, त्याला हे सगळं सांगायचं कसं, हे सगळं कसं निस्तरता येईल याचीही अतोनात चिंता असते. यासाठी मुलीची मानसिक तयारी करण्याआधी आईला स्वत:ची मानसिक तयारी करून घ्यावी लागते.

छोट्याशा मुलीला काय, कसं आणि किती सांगायचं हे ठरवावं लागतं. पूर्वीच्या काळापेक्षा आताची परिस्थिती निराळी आहे हे खरं. मुलगी मनाने मोठी होण्याआधीच ती शरीराने मोठी होते आहे, हे केवळ आपल्या मुलीच्या संदर्भात होत नाहीये, तर समाजातच हा बदल होतोय, हे समजून घ्यायला पाहिजे. लवकर वयात येण्यामागे अर्थातच अनेक कारणं आहेत. एक कारण म्हणजे गर्भावस्थेपासून घेतली गेलेली मुलींची काळजी. मुलींचा चांगला-पोषक आहार, वेळेवर लसीकरण आणि मिळणारी वैद्यकीय मदत यामुळे पूर्वीच्या तुलनेत मुलींच्या निकोप प्रकृतीकडे लक्ष दिलं जातं. यामुळे शरीरांतर्गत परिस्थिती चांगली असते.

दुसरं कारण सांगायचं तर बोट आपोआपच टी.व्ही.कडे जातं. पूर्वी जी दृश्यं सहजासहजी किंवा कधीच दिसत नसत, ती दृश्यं टी.व्ही.वर एकाच तासात अनेक वेळेला पाहायला मिळतात. या दृश्यांचा कळत-नकळत अबोध मनावर परिणाम होतो. त्यातून शारीरिक पक्वता येते, असं तज्ज्ञांचं मत आहे. पण दुसरीकडे, ज्या घरात टी. व्ही.ला जाणीवपूर्वक प्रवेशबंदी केलेली आहे, त्याही घरांमधल्या मुली लवकर वयात येताहेत. त्यामुळे याचं नक्की कारण काय हे अजूनही सापडलेलं नाही.

मात्र एक टी.व्ही. घरात नसला तरी नको त्या वयात नको ते विचार मनात येण्याला आजूबाजूची परिस्थिती जबाबदार नाही का? मोबाईल, इंटरनेट यातून इकडे-तिकडे फिरणारे एसेमेस, व्हिडिओ क्लिप्स, 'नृत्यकला' या शब्दापासून फारकत घेतलेले नाच मोबाईलवरसुद्धा सहज हवे तेव्हा बघायला मिळणं, कोणाच्याही मोबाइलवर ते सहजपणाने उपलब्ध असणं. गणेशोत्सव, दहीहंडी

अशा वरकरणी धार्मिक म्हणवल्या जाणाऱ्या उत्सवांमधल्या अशाच वाईट गाण्यांचा अतिरेक या सगळ्यांतून घर आणि आसपासचा परिसर मुळीच सुटलेला नाही. अनेक शाळांमध्ये मोबाईल आणायला बंदी आहे हे ठीकच म्हणायचं! नाही तर मुलां-मुलींच्या आसपास सदैव हेच आणि असंच वातावरण राहिलं तर दोष कोणाला द्यायचा? दोष मुलांना द्यायचा का? की त्यांच्या आसपास असं वातावरण तयार करणाऱ्या समाजाला द्यायचा? सध्या तरी आपल्या घरातल्या मुला-मुलींचं बालपण आसपासची परिस्थिती ओढून-हिसकावून नेते आहे, असं चित्र आहे.

लैंगिक भावना उत्तेजित करणारी दृश्यं आणि हिंसाचाराला प्रोत्साहन देणारे कार्यक्रम यांची रेलचेल आहे. टी.व्ही. कार्यक्रम, सिनेमे, गेम्स सगळीकडे यांचाच भडिमार आहे. आपल्याला तर माहितीच आहे, की लहान मूल हे अनुकरणशील असतं. जे जे त्यांना दिसतं ते शोषून घेतात. जे वातावरण त्यांच्या आसपास असतं त्यातूनच ते शिकताहेत. त्यातूनच त्यांचं मन घडणार आहे. आपण त्यांच्यासमोर काय ठेवलं आहे याचा विचार करायला हवा.

सर्वात महत्त्वाचं म्हणजे आपलं मूल हे केवळ आपलं मूल नाही. घराची दारं-खिडक्या बंद करून ते वाढत नाही. त्याला तसं वाढवायचंही नाही. ते आपल्या घरात जन्मलेलं असलं तरी या काळाचे, परिसराचे, शाळेचे, मित्र-मैत्रिणींचे संस्कार त्याच्यावर होताहेत हे लक्षात घेतलं पाहिजे. मोठ्या होत असलेल्या मुलांवर आरोप करण्यापेक्षा या सगळ्या ठिकाणी डोकावून त्यानंतरच योग्य ते निर्णय घ्यायचे आहेत. आजूबाजूच्या चित्रविचित्र परिस्थितीचा त्यांच्या मनावर परिणाम होतोय, हे नजरेआड करून चालणार नाही. तसं केलं तर तो मुलांवर अन्याय असेल हे उघडच आहे. मात्र, अशा अवघड परिस्थितीतून मुलांना सुखरूप बाहेर काढण्याचंही काम आपलंच आहे हे विसरून चालणार नाही. ते भान तुम्हाला ठेवावं लागणार आहे.

हे पुस्तक लिहित असताना टीनएजर मुला-मुलींच्या मनात डोकावणं आवश्यकच होतं. त्यासाठी एकीकडे या वयातल्या मुला-मुलींशी आणि त्यांच्या पालकांशी बोलणं हे काम चालू होतं. शिक्षक, डॉक्टर, समुपदेशक यांच्याशी बोलत होतेच. त्याचबरोबर काही टीनएजरनी मला विश्वासात घेऊन त्यांचे व्हॉट्सॲप मेसेजही दाखवले. त्यातून हल्लीच्या पिढीच्या मानसिकतेचा अंदाज बांधता आला. अनेक मेसेज हे फॉर्वर्ड करून डिलीट करण्यासाठीच असतात, हे ज्ञानही मिळालं.

या सळसळत्या उत्साही मनांवर प्रकाश टाकण्याचं आणि त्यातल्या प्रश्नांना उत्तरं

शोधण्याचं काम मेंदूशास्त्रीय संशोधनांच्या आधारावर केलं आहे. मानसशास्त्र आणि आधुनिक मज्जामानसशास्त्र (न्यूरो सायकॉलॉजी) यातला फरक समजून घेऊ.

माणसाच्या मनाचा विचार करणारं मानसशास्त्र ही आधुनिक काळातली देणगी आहे. या शास्त्रात जसजशी प्रगती होत गेली तसतसा माणसाच्या मनाचा अभ्यास व्हायला लागला. या अभ्यासाचा एक भाग म्हणून पौगंडावस्थेतल्या मुला-मुलींच्या मनाचा अभ्यास झालेला आहे, होत आहे. त्यामुळे या वयाची काही वेगळी वैशिष्ट्यं असतात, लक्षणं असतात. या वयाच्या मुलग्यांच्या आणि मुलींच्या वागण्यात काहीएक समान पद्धत (pattern) दिसून येते, हे मानसशास्त्रज्ञांना समजलेलं आहे.

मानसशास्त्रात माणसाच्या बाह्य वर्तनावरून त्याच्या अंतरंगात काय चाललं आहे, याचा अंदाज केला जातो. त्यातली समान पद्धती शोधून निष्कर्ष काढले जातात. मानवी अंतरंगावरची शास्त्रीय आणि अधिक सत्यतेकडे जाणारी माहिती आता उपलब्ध होऊ लागली आहे. याचं कारण आता शास्त्र अतिशय पुढं गेलं आहे. याचं श्रेय जातं विज्ञान आणि तंत्रज्ञानाला. या दोन क्षेत्रांमध्ये गेल्या काही दशकांत जी अफाट प्रगती झाली आहे त्याचा परिणाम इतर अनेक विद्याशाखांवर झाला. ही मेंदूवरची संशोधनं गेल्या काही वर्षांत इंग्लंड-अमेरिकेसारख्या पाश्चात्त्य देशांत मोठ्या संख्येने झाली आहेत. या तंत्रज्ञानामुळे मानसशास्त्रही अत्याधुनिक झालं आहे.

अद्ययावत तंत्रज्ञानाच्या साहाय्याने म्हणजेच एफ. एम. आर. आय. आणि इतर प्रगत यंत्रांच्या मदतीने व्यक्तीच्या प्रत्यक्ष मेंदूत बघता येतं. माणसं विविध कामं करत असताना, विचार करत असताना किंवा अगदी झोपलेली असतानाही त्यांच्या मेंदूत सतत काही हालचाली घडत असतात. नुकत्याच जन्मलेल्या बाळापासून ते प्रौढ वयाच्या कुठल्याही माणसाच्या मेंदूत आता काय घडतंय हे दिसतं. ही हालचाल म्हणजे मेंदूच्या विविध क्षेत्रांत चाललेली विद्युत-रासायनिक संदेशांची देवाणघेवाण होय. या सातत्याने घडणाऱ्या विशिष्ट हालचालींचा किंवा आजूबाजूला चाललेला प्रसंग, मनात येणाऱ्या भावना, अशा कोणत्याही प्रकारच्या परिस्थितीला त्यांनी दिलेला प्रतिसाद हा कॉम्प्युटर स्क्रीनवर उमटत असतो. या लहरींवरून मेंदू आणि वर्तनासंबंधीचे शोध पाश्चात्त्य देशांतल्या न्यूरोलॉजिस्टस्नी लावले आहेत.

या अभ्यासाचा परिणाम म्हणून मानसशास्त्र, शिक्षणशास्त्र यांच्याशी संबंधित कित्येक गोष्टींवर आता प्रकाश पडत आहे. या विषयातूनच न्यूरो-सायकोलॉजी, न्यूरो-एज्युकेशन, न्यूरो-लिंग्विस्टिक अशा काही नव्या विद्याशाखा निर्माण झाल्या आहेत. त्यात घडणाऱ्या शास्त्रीय संशोधनांचा उपयोग विविध क्षेत्रांतल्या तज्ज्ञांना

आपापल्या विषयांसाठी करून घेता येतो आहे. या नव्या विद्याशाखांच्या माध्यमातून मेंदू आणि आपलं वागणं याविषयी कित्येक नव्या गोष्टी उजेडात येत आहेत. अनेक तत्त्वांना दुजोराही मिळत आहे.

अशा संशोधनांमधून कित्येक प्रश्नांना उत्तरं मिळू शकतात. मुला-मुलींच्या संदर्भात बोलायचं तर–

- शिक्षणाची प्रक्रिया नेमकी कुठे आणि कशी घडते?
- कुठल्याही वयातलं शिक्षण अधिक चांगलं कसं होईल?
- शिक्षणातल्या-शाळेशी संबंधित एकूण अडचणी कशा दूर करता येतील?
- शिक्षणातल्या वैयक्तिक अडचणी दूर करण्यासाठी नेमकं काय करायला हवं?
- व्यक्तीच्या इतर वैयक्तिक मेंदूशास्त्रीय गरजा काय आहेत?
- जास्त बुद्धिमत्ता, कमी बुद्धिमत्ता असं काही असतं का?
- आपण विशिष्ट प्रकारे भावना का व्यक्त करतो?
- आपल्या भावनांवर आपल्याला नियंत्रण ठेवता येतं का? कशा प्रकारे?
- मुलामुलींच्या भावना कशा समजून घ्याव्यात?
- त्यांना अभ्यासात कशी मदत करावी?
- एका व्यक्तीत अनेक प्रकारच्या बुद्धिमत्ता लपलेल्या असतात का? आपल्या मुला-मुलींतल्या बुद्धिमत्ता कशा ओळखाव्यात?
- विविध मानसिक-भावनिक प्रश्न सोडवताना काय काळजी घ्यावी?

अशा अनेक प्रश्नांवर हे शास्त्र प्रकाश टाकतं. या संशोधनांवर आधारित निष्कर्ष मिळत आहेत. त्या निष्कर्षांवर आधारित काम केलं तर कोणत्याही वयातल्या व्यक्तींचं वर्तन आणि त्यावरच्या अडचणी यावर अधिक चांगले उपाय शोधता येईल.

या अभ्यासातून या वयातली मुलं अशी का, याचं उत्तर आपल्याला आपोआप मिळत जातं. या वयोगटातल्या मुला-मुलींच्या पालकांशी बोलताना असं जाणवतं, की पालकांनी आपल्या मुला-मुलींबद्दल जे काही अंदाज बांधले होते त्यानुसार ही मुलं वागत नाहीत. तिथेच प्रश्न निर्माण होतात. अशा वेळी त्यांच्या मेंदूशास्त्रीय गरजा लक्षात घेतल्या आणि त्यानुसार घरातलं वातावरण असेल तर आपला संवाद चालू राहील. निदान विसंवाद तरी होणार नाही.

– डॉ. श्रुती पानसे
drshrutipanse@gmail.com

अनुक्रमणिका

सुरुवात करण्यापूर्वी

प्रीफ्रंटल कॉर्टेक्स

प्रीफ्रंटल कॉर्टेक्स मेंदूत समोरच्या म्हणजे कपाळाकडच्या भागात असतो. माणसाला इतर प्राण्यांपेक्षा वेगळं ठेवण्यात या भागाचा मोठाच वाटा आहे. या कॉर्टेक्समध्ये विविध केंद्रं आहेत. त्या केंद्रातून विविध पद्धतीची कामं चालतात. हव्या तशा शारीरिक हालचाली करण्याच्या आज्ञा मेंदूच्या याच भागातून सुटतात. स्मृतींचं केंद्रदेखील या भागात आहे. तसंच भावभावनांचा उगमही इथेच होतो. भाषाविषयक प्रमुख केंद्रं या भागात असल्यामुळे संवाद साधण्याचं कामही याचंच. एखाद्या विषयाचं विश्लेषण करण्याचं काम इथे चालतं. अशी विविध कामं या भागात तयार झालेल्या न्यूरॉन्सच्या जाळ्यामार्फत चालतात. अशा पद्धतीने हा भाग अतिशय महत्त्वाचा आहे.

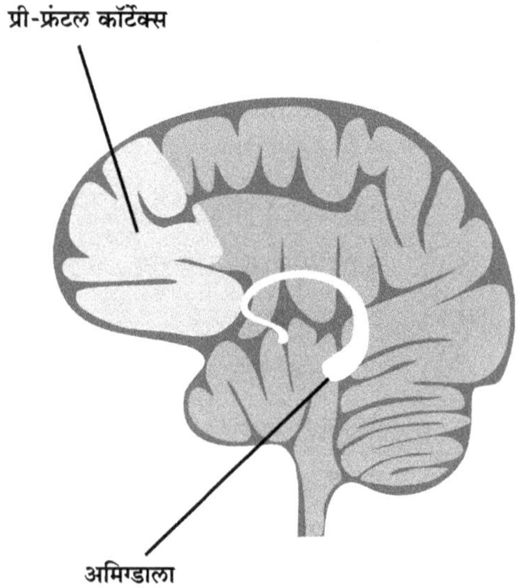

अमिग्डाला

अमिग्डाला हे भावनांचं केंद्र आहे. टीनएजर्स निर्णय घेत असतात, तेव्हा अमिग्डाला हे केंद्र उद्दिपीत होत असतं. तर प्रौढ व्यक्ती निर्णय घेत असते, तेव्हा प्री-फ्रंटल कॉर्टेक्सचा वापर होत असतो. अमिग्डाला हे भावनांचं केंद्र आहे. तर प्री-फ्रंटल कॉर्टेक्स हे अनेक गोष्टी लक्षात घेऊन निर्णय घेण्याचं काम करते.

न्यूरॉन

न्यूरॉन ही शिकायला मदत करणारी पेशी आहे. न्यूरॉन या प्रत्येक पेशीमध्ये एक केंद्रक असतं. त्याच्या बाजूने अनेक शाखा फुटलेल्या असतात, या शाखांना डेन्ड्राईट्स (Dendrites) म्हणतात. प्रत्येक न्यूरॉनला एक लांब धागा असतो, त्याला अक्झॉन (Axon) म्हणतात. मेंदूच्या विशिष्ट क्षेत्रात न्यूरॉन्सची जुळणी होते, म्हणजेच एक अक्झॉन दुसऱ्याला जाऊन मिळतो. त्यांच्यात विद्युत-रासायनिक संदेशाचं आदान-प्रदान होतं. मेंदूत अशा न्यूरॉन्सची संख्या अब्जावधींच्या घरात असते.

आपल्या मेंदूत अनेकविध कामं चालू असतात. आपण गाणी ऐकतो, चित्रं काढतो, धावतो, विविध खेळ खेळतो, पुस्तकं वाचतो, त्या वेळेला मेंदूतले विविध भाग उद्दिपीत होत असतात. न्यूरॉन या पेशी शिकण्याचं काम करत असतात, तर ग्लिया पेशी त्यांना मदत करत असतात.

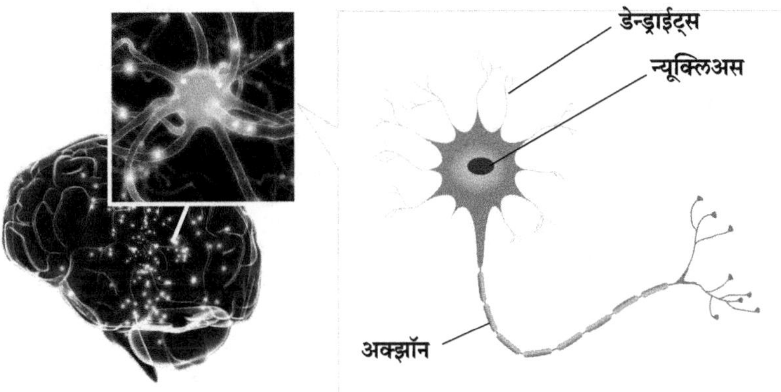

सिनॅप्स

मेंदूकडे जेव्हा एखादी नवी माहिती येते, तेव्हा या न्यूरॉन्समध्ये विद्युत-रासायनिक प्रक्रिया घडते. ज्याला माहिती मिळालेली आहे, असा न्यूरॉन ती माहिती घेऊन दुसऱ्या पेशीकडे जातो. दुसरी ग्राहक पेशी ती माहिती घेते. त्या वेळेला त्यांच्यात बंध निर्माण होतो. हा बंध म्हणजेच सिनॅप्स. सिनॅप्स तयार झाला म्हणजेच शिकण्याची प्रक्रिया घडली. कॅनेडियन मानसशास्त्रज्ञ डॉनाल्ड हेब यांनी हा शोध लावला, म्हणून याला 'हेबियन सिनॅप्स' असं म्हणतात. एका न्यूरॉनकडून दुसऱ्या न्यूरॉनकडे विद्युत-रासायनिक संदेशांची देवाणघेवाण सतत चालू असते. आपलं शिक्षण हे या न्यूरॉन्सवर अवलंबून असतं. प्रत्येक नव्या अनुभवाच्या वेळी आपल्या मेंदूत असे सिनॅप्स तयार होत असतात. हे काम अतिशय वेगात होतं.

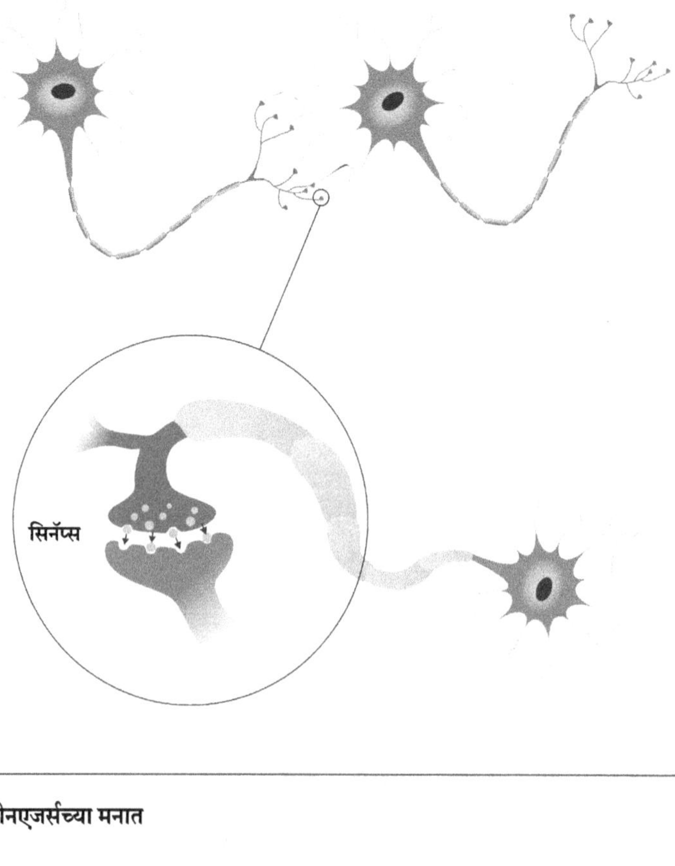

१ 'मोठं' होण्याची लक्षणं

राजकन्या दिसामासाने मोठी होत होती, असं वाक्य आपण राजा-राणीच्या गोष्टींच्या पुस्तकामध्ये वाचलेलं आहे. खरं तर ही राजकन्या किंवा हा राजपुत्र दिसामासानं नव्हे, तर सेकंदा-सेकंदानं मोठे होत असतात. कारण आपला मेंदू सतत नवीन माहिती मिळवायला आतुर असतो. या माहितीची साठवण, त्याचा अर्थ लावणं, हे काम सतत सुरू असतं. जसजसे अनुभव मिळत जातात तसतसा मेंदूतल्या न्यूरॉन्समध्ये बदल होतो. आपल्या पेशींच्या जुळण्या सतत बदलत असतात. म्हणूनच मुलं दर दिवशी-दर क्षणी मोठी होत असतात. सर्वांत महत्त्वाचं म्हणजे त्यांना जसे अनुभव मिळतील त्या दिशेनं त्यांची वाढ होत असते.

नववं वर्ष संपलेली काही मुलं आपण बघितली तर लक्षात येतं, की यांचा वयोगट समान असला तरी प्रत्येक मूल वेगळं आहे. कारण प्रत्येकाला मिळालेलं वातावरण हे वेगवेगळं असतं. घरात, शेजारी, शाळेकडून, बागेमध्ये, नातेवाइकांकडून, छंदवर्गातून, पाळणाघरातून, ट्युशन्समधून, व्हॅन/रिक्षामधून आणि जिथे जिथे मुलं जातील तिथे त्यांना जसे अनुभव येतील त्या वातावरणातून मुलं अनुभव वेचत असतात. त्याप्रमाणे ती घडत जातात. म्हणूनच प्रत्येक मूल वेगळं असतं. अगदी एकाच आईच्या पोटी जन्माला आलेली भावंडं किंवा जुळी भावंडंही तंतोतंत सारखी नसतात. याचं कारण हेच, की मेंदूची रचना प्रत्येकाची एकसमान असली तरी न्यूरॉन्सची जुळणी, त्यांचा वेग आणि मुख्य म्हणजे अनुभव हे

प्रत्येक मूल वेगळं असतं. अगदी एकाच आईच्या पोटी जन्माला आलेली भावंडं किंवा जुळी भावंडंही तंतोतंत सारखी नसतात. याचं कारण हेच, की मेंदूची रचना प्रत्येकाची एकसमान असली तरी न्यूरॉन्सची जुळणी, त्यांचा वेग आणि मुख्य म्हणजे अनुभव हे सर्व वेगवेगळं असतं. अशा प्रकारे आसपासच्या जगातून अनुभवांची वेचणी करत त्यातून अर्थ लावत मूल मोठं होतं.

सर्व वेगवेगळं असतं. अशा प्रकारे आसपासच्या जगातून अनुभवांची वेचणी करत त्यातून अर्थ लावत मूल मोठं होतं.

मूल कधी खूपच समजूतदार वागतं. आपल्याला आतून खूप समाधान वाटावं असं त्याचं वागणं-बोलणं असतं. परिस्थिती लक्षात घेऊन पटकन निर्णय घेणं असेल, जबाबदारीने वागणं असेल, त्यानं/तिनं निबंधात एखादं वाक्य घराबद्दल/आई/बाबांबद्दल लिहिलं असेल, तेवढ्यानंही आपल्याला बरं वाटतं. असं वाटतं, की हा मोठा झाला आहे, किंवा ही अगदी हाताशी आल्यासारखी झाली आहे. कुठलंही काम सोपवा, खूपच जाणतेपणानं करते.

शेजारच्या आजोबांना अचानक बरं वाटेनासं झालं तर नववीतल्या सोहमने त्यांच्या डायरीतला डॉक्टरांचा फोननंबर शोधला. त्यांना फोन करून कळवलं. आजोबांना घेऊन तो दवाखान्यात जाऊनसुद्धा आला, असं आई-बाबांना घरी आल्यावर कळतं. सगळे सोहमचं कौतुक करतात... त्याच्या जबाबदारीनं वागण्याचं, मदत करण्याच्या वृत्तीचं, घरात लावलेल्या वळणाचं. तेव्हा घरातल्यांना छान वाटतं.

तर कधी आतापर्यंत वांड समजलं जाणारं एखादं मूल घरातली काही कामं आपणहून करायला लागतं. आता हे सुधारलं असं आई-बाबांना वाटतं. तर कधी

नाखुषीने अभ्यास उरकणारी एखादी मुलगी आपणहून अभ्यासाला लागते आणि चमकायलाही लागते.

अशा घटना सकारात्मक आहेत; पण नेहमीच असंच सुरळीत घडेल असं नाही. आई-बाबांना आवडणारं, सुखावणारं नेहमीच घडेल असं सांगता येणार नाही. एरवी आई-बाबांबरोबर जाण्यासाठी हट्ट करणारं मूल 'मी तुमच्याबरोबर येणार नाही' असं जाहीर करतं. वाढदिवसाची पार्टी घरी नाही करायची, माझ्या मित्रानं किंवा मैत्रिणीनं केली तशी बाहेर करायची, असं म्हणतं. ही सगळी त्यांच्या 'मोठं' होण्याची लक्षणं आहेत.

त्यांचं बोलणं नीट ऐकलं तर मूल मोठं होण्याच्या प्रक्रियेतून कसं जात आहे ती प्रक्रिया आपल्यालाही 'ऐकू' येईल.

- *"मी त्या काकांकडे येणार नाही! मला खूप बोअर होतं."*
- *"मी त्या दुकानात परत जाणार नाही हं आई, विचित्र आहे तो माणूस!"*
- *"तिला खूप छान बॅडमिंटन येतं. मला पण शिकायचंय. मला कधी लावणारेस बॅडमिंटनचा क्लास?"*
- *"तो खूप पकवतो. मी नाही बसणार उद्यापासून त्याच्याजवळ."*
- *"ती तुझी आवडती मैत्रीण आहे, याचा अर्थ तिची मुलगी माझी आवडती मैत्रीण असलीच पाहिजे, असं नाहीये हां आई!"*

असे उद्गार ऐकू यायला लागले की समजावं, आता मुलं खरंच मोठी होत आहेत. 'बाल'वयातून 'किशोर'वयात येत आहेत. ती आता स्वत:चं मत बनवू लागल आहेत. मतं मांडायला लागली आहेत. आपण मांडलेलं मत समोरच्याने– मग ते आई-बाबा, आजी-आजोबा असोत, ऐकलं नाही तर ती नाराज होतात, एकदम चिडतात. चिडून तशी प्रतिक्रियाही देतात. अशा वेळी समजावं, की मूल मोठं होत आहे.

■

२ भावनांचं आंदोलन

वयाच्या या टप्प्यावर भावना-संवेदनांचा एक खेळ चाललेला असतो. भावना कधी एका टोकावर तर कधी दुसऱ्या टोकावर असतात. एखाद्या वेळी स्वत:ला मोठं समजणारं मूल घरच्या माणसांवर एकदम चिडतं, त्रागा करतं, तर कधी कधी भावनेच्या बाबतीत दुसऱ्या बेटावर जाऊन बसतं. एकीकडे आपण म्हणतोय, की मूल मोठं होतंय, समजूतदार होतंय; तर अचानक ते एकदम लहान होऊन वय वर्षं दोनच्या भूमिकेत शिरतं.

हे मूल खूप वेळ आई भेटली नाही तर अचानक रडवेलं होतं. आई नेहमीसारखी, नेहमीच्या वेळेला ऑफिसमधून आली तरी अचानक तिला बघून प्रेमाचं भरतं येतं. गळामिठी मारून भावनांना वाट करून दिली जाते. अशा वेळी कधी मूल प्रेमात येऊन लाड करून घेईल, कधी ढसाढसा रडेल, कधी त्रागा करेल. कधी दिवसभराचा सगळा ताण, सगळा कंटाळा व्यक्त करेल. अशा कोणत्याही पद्धतीनं मुलं स्वत:ला व्यक्त करत असतात.

बाबांची फिरतीची नोकरी नेहमीचीच; पण अचानक एखाद्या वेळेस बाबा नाहीत म्हणून हे 'दोन वर्षं वयाच्या भूमिकेत शिरलेलं मूल' त्यांची आठवण काढत बसेल. बाबा नाहीत म्हणून ते स्वत:लाच हरवून बसेल. त्याचं अभ्यासातलं लक्ष उडेल. अगदी मार्कांवर परिणाम होईपर्यंत हे घडेल. याचं कारण शोधू गेलं तर काहीही सापडणार नाही. आपलं मूल असं का वागतंय याचं ठोस कारण कळणार नाही. ही सगळी भावनांची आंदोलनंच.

एखादं मूल या वयात आपल्या मित्रात किंवा मैत्रिणीत भावनिक आधार शोधू बघतं. एखाद्या दिवशी त्यानं किंवा तिनं

शाळेला सुट्टी घेतली तर मूल सैरभैर होतं. काय करावं हे सुचत नाही. अभ्यासात लक्ष लागत नाही. असं का होतं, कशामुळे होतं हेही त्याला/तिला कळत नाही.

समजा, घरात दोन भावंडं असतील, तर दादा/ताईकडे बघून धाकट्यांनी शिकावं, अशी अपेक्षा आई-बाबा करत असतात. आतापर्यंत या दादा-ताईला मान दिला की सगळं सुरळीत पार पडायचंही; पण आता मात्र यात 'ट्विस्ट' येतो. मोठं मूल धाकट्यापेक्षाही छोटं होतं. कधी त्याच्या बरोबरीनं, तर कधी त्याच्यापेक्षाही लहान होतं. हट्ट, घरातली ठरवलेली शिस्त न पाळणं, अभ्यास न करणं, उलट उत्तरं देणं असं मोठ्याचं सुरू होतं. अशा वेळेला आई-बाबांना काळजी वाटते. आतापर्यंत मुला-मुलींचं वागणं चांगलं होतं; आता अचानक काय बदल झाला हे कळेनासं होतं. मूल चिडलं की जोरदार चिडतं. आवरत नाही. कशानंही थांबत नाही. खूप वाईट बोलतं. अगदी टोकाला जाऊन कळत असले-नसलेले अपशब्दही वापरतं. यातून आई-बाबांच्या मनाला यातना होतील याची जाणीव निदान त्या वेळी तरी नसते.

म्हणून तर या वयाला 'वादळी भावनांचा काळ' असं म्हणतात. ज्याप्रमाणे खरंखुरं वादळ येतं, त्याप्रमाणे भावनांचंही वादळ उठतं. आतापर्यंत शांत असलेल्या वातावरणात हलके हलके वाऱ्याच्या लहरी उठत असतात; पण वादळ मात्र स्वतःचा पूर्ण जोर लावून येतं. समोर काय आहे, कोणती परिस्थिती आहे हे बघणं वादळाचं काम नाही. समोर कोण आहे, हेही वादळ बघत नाही. ते सरळ घुसतं. तसंच काहीसं या वयातल्या मुलांचं होतं.

मूल वयाच्या या टप्प्यावर येतं तेव्हा एरवी शांत, समंजस असलेल्या घरातही अशी छोटी-मोठी वादळं घुमायला लागतात. या बाबतीत मुलं आणि मुलींमध्ये फारसा फरक नसतो. ज्या गोष्टी मुलग्यांकडून घडतात, त्या मुलींकडूनही घडू शकतात. मात्र, मुलींचा रडण्या-चिडण्याचा प्रकार मुलग्यांपेक्षा थोडा सौम्य असतो, असं जाणवलं आहे.

मुलींमध्ये कुढण्याचं, स्वतःला एकटं समजण्याचं प्रमाण जास्त असतं. त्या स्वतःच्या मनाशी बोलत राहतात. कुठलीही गोष्ट मनाला लावून घेतात, ती त्यांच्याशी संबंधित असली किंवा नसली तरी ती आपल्यालाच उद्देशून आहे, आपणच या सगळ्या गोंधळाला, संकटाला जबाबदार आहोत,

असं मानून स्वत:ला दोष देण्याचं प्रमाण वाढतं. पुष्कळशा मुली या वयात कविता करतात. शब्दांच्या माध्यमातून स्वत:ला मोकळं करतात. काही मुलींची या वयात मैत्रिणीशी घट्ट मैत्री होते. आपल्या मनातला सल त्या मैत्रिणीपाशी मोकळं करतात. असं दिसून येतं, की स्वत:ला अशा प्रकारे मोकळं केल्यामुळे मुलींचा वादळी आवेग समाजमान्य मार्गानं व्यक्त होतो, तर मुलांना मात्र मोकळे होण्याचे मार्ग सापडत नाहीत किंवा रुचत-पटत नाहीत. मित्राशी खासगी बाबतीत बोलावं, आपलं मन मोकळं करावं, असं वाटत नाही. त्यामुळे भावना कोंडल्या जातात. त्या मग वेड्यावाकड्या पद्धतीने कशाही प्रकारे बाहेर येतात.

मुलगा आणि मुलगी यांच्यात झालेल्या बदलांची ही साधारण मांडणी आहे. नेहमीच मुली आणि मुलं वर म्हटल्याप्रमाणे व्यक्त होतील असं नाही. याउलटही होऊ शकतंच.

लहानपणापासून आपण मुलांसोबत असतो. त्यांचं वागणं, स्वभाव, मूड्स, आवडीनिवडी या सगळ्यांची आपल्याला नीट माहिती असते. कुठल्या प्रसंगात आपलं मूल कसं वागेल याची साधारण कल्पना असते. त्याला/तिला राग कधी येईल, काय केलं म्हणजे छान वाटेल; एवढंच नाही, तर त्यांना कसे मित्र-मैत्रिणी जास्त आवडतात, कशा प्रकारच्या व्यक्ती आवडतात, हेदेखील आई-बाबा सांगू शकतात. खरं सांगायचं तर आई-बाबांनी आपल्या मुलांना नीट 'वाचलेलं' असतं.

जोपर्यंत मुलं दहा-बारा वर्षांची होतात तोपर्यंत हा गृहपाठ पुरतो. टीनएजमध्ये मात्र या अभ्यासाला तडे जातात. कारण समोरून अपेक्षित प्रतिक्रिया येत नाहीत. काही तरी भलतंच घडत राहतं. ज्या गोष्टी/वस्तू/पदार्थ आतापर्यंत आवडत होते ते अचानक आवडेनासे होऊ शकतात. या वयात आवडी आणि नावडी दोन्ही बदलू शकतं.

उदाहरणंच द्यायची, तर कालपर्यंत जिला गोड पदार्थ खूप आवडत होते ती अचानक समोर आलेल्या लाडूला नको म्हणते. आणि म्हणते, 'काही तरी चमचमीत, तिखट हवंय.'

- *कालपर्यंत तिला मोठे केस आवडत होते. सगळे तिला म्हणत होते, की 'अग, एकदा केस कापून बघ, किती छान दिसतील!' तेव्हा तिनं कधीच ऐकलं नाही. अचानकच एक दिवस ती मैत्रिणीबरोबर जाते आणि केस कापून येते; एकदम छोटे करते.*

- *तो तसा भित्राच. काही करायला आधी बिचकायचंच, असा स्वभाव. घरातल्या घरात, सगळे घरात असताना, अंधार आहे म्हणून तो दुसऱ्या खोलीत जायचा नाही. तोच आता इतका धाडसी झाला आहे, की अंधार तर जाऊ द्या— मागच्या आठवड्यात गडावर गेला तेव्हा एक मोठा अपघात झाला. तिथल्या रक्तपाताला तो घाबरला नाही. उलट, सगळ्या जखमींना हॉस्पिटलमध्ये हलवण्याचं काम या मित्रांनी केलं.*

थोडक्यात सांगायचं तर अनेक लहान-मोठ्या बाबतींत बदल होत असतात हे आधी समजून घेऊ या. आता येऊ या आपल्या प्रतिक्रियांवर.

आजपर्यंत आई-बाबांना जसं आवडेल तसं, त्यांच्या कलानं घेणारी मुलं-मुली अचानक एखाद्या गोष्टीवरून त्यांच्यावर चिडायला लागतात, एकदम वस्सऽकन काही तरी बोलून जातात. सर्वांत वाईट म्हणजे त्यांच्या मनाला लागेल असं बोलतात, त्यांना अपमानित करतात. अशा वेळी आई-बाबांना हे कळतंच नाही की आपण कसं वागायचं आहे.

खरं तर एक व्यक्ती म्हणून त्यांना राग आलेला असतो, भयंकर संताप आलेला असतो, पण 'पालक' म्हणून आपल्या मुला-मुलीवर तो नीटसा व्यक्तही करता येत नाही. कधी रागाला रागानंच व्यक्त केलं जातं. कधी एकदम पाठ फिरवून ते निघून जातात. कधी कुजकट शेऱ्यांमधून, टोमण्यांमधून हा राग व्यक्त होतो. काही वेळेला संपूर्ण अबोला पत्करला जातो. पण एवढ्यानं भागत नाही. यावर उपाय म्हणून मग 'बाहेरून' माहिती काढली जाते. त्यांचे मित्र-मैत्रिणी, ताई-दादा यांच्याशी बोलून आपल्याच मुलांच्या मनाचा अंदाज घेतला जातो. घरातल्या घरातच हे सर्व सुरू होतं. काहीच वर्षांपूर्वी ज्यांचं एकमेकांवाचून पानही हलत नव्हतं, त्यांनाच आता इतरांची मध्यस्थ म्हणून मदत घ्यावी लागते. असं काही घरांमध्ये घडतं.

मुलं आणि आई-बाबा यांच्यात काय आणि कसं चालतं हे बघण्यासाठी काही घरांमध्ये डोकावून बघावं लागेल.

१. एका घरातल्या बाबांचं मुला-मुलींवर खूप प्रेम. त्यांच्यासाठी ते महागडे गॅझेट्स आणतील, कपडे आणतील, त्यांच्या अभ्यासाकडे लक्ष देतील;

पण मुलांवर कधीच विश्वास ठेवणार नाहीत. मुलांशी फारसा संवाद नाही, हसून-खेळून वागणं नाही. बाबा घरी आले की घराचा संपूर्ण कायापालट व्हायचा. तोपर्यंत हसणारी-खिदळणारी मुलं एकदम चिडीचूप शांत व्हायची. बाबांना वाटायचं, की आपली जरब असायला पाहिजे. बाबांची भीती वाटल्यामुळे घाबरून का होईना, मुलं वेगळ्या, वेड्यावाकड्या रस्त्यांवर जाणार नाहीत, असं काही तरी तत्त्वज्ञान होतं त्यांचं. पण हे खूपच घातक ठरलं. कारण बाबांच्या समोर मुलं त्यांना हवी तशी वागायची– आज्ञाधारक, अभ्यासू वगैरे, आणि ते ऑफिसला गेले की दोन्ही मुलं अक्षरशः उधळायची. बाबा घरात आल्यावर एकदम शांत. दिवसभर मुलांनी काय केलं आहे, कुठे कुठे ती जाऊन आली आहेत हे बाबांना कधीच कळलं नाही. बाबांच्या आवडीच्या चार गोष्टी केल्या की बाबा खूष राहतात, हे त्यांना कळलेलं असल्यामुळे मुलं अधिक हुशारीने वागायची.

२. एका घरात मुलं म्हणजे जणू काही अजाण पिल्लंच! त्यांच्यावर आम्ही उत्तम संस्कार केलेत, त्यामुळे आम्ही सांगतो तशीच ती वागणार, असा अढळ विश्वास. पण मुलं आता शाळेत जात नाहीत, कॉलेजला जातात. तिथे तुलनेत जास्त स्वातंत्र्य असतं. त्यांच्याकडे थोडं लक्ष द्यायला हवं हे त्यांच्या गावीही नव्हतं.

मुलांच्या आयुष्यात काही अनपेक्षित वाटा-वळणं येत असतात. तिथे ती अडकू शकतात. सगळंच त्यांना आई-बाबांना सांगता येत नाही. शेवटी जनरेशन गॅप असतेच. मुलं गप्प आहेत याचा अर्थ सगळं काही सुरळीत चाललेलं आहे असं नाही. अधूनमधून मुलांच्या पोटात शिरायला हवं. त्यांच्या विश्वात काय चाललंय हे जाणून घ्यायला हवं.

- *या वयात 'आवडत नाही'ची मोठी यादी तयार होते.*
- *मला माझा चेहरा आवडत नाही, मला हे असले केस आवडत नाहीत.*
- *आपण राहतो ते घर आवडत नाही. घराची रचना आवडत नाही.*

- *घर खूप ओल्ड फॅशन्ड वाटतं. आपल्या घरात खूप पसारा असतो.*
- *आपल्या घरी खूपच जुन्या काळचे पदार्थ होतात. सतत नवीन पदार्थ करायला पाहिजेत.*
- *आईनं निदान हेअरस्टाइल तरी बदलायला पाहिजे. कशी राहते ती!*
- *बाबांकडे दुसरे शर्ट्स नाहीयेत का?*
- *जरा हळू आवाजात बोलता का तुम्ही?*
- *माझ्या मित्र-मैत्रिणींसमोर 'हे अमुक तमुक' कसं वाटतं गं! प्लीज बिहेव्ह!*
- *या वयात काय आवडेल आणि काय नाही याचा काही नेम नाही. काहीही जुनं आवडत नाही, सगळं बदलावंसं वाटतं.*

इथे एवढंच लक्षात घ्यायला हवं, की आपलं मूल मोठं होत आहे. ते अजून मोठं झालेलं नाही. ते आता एका मानसिक, भावनिक आणि बौद्धिक प्रक्रियेतून जात आहे. प्रवास चालू आहे. मंझिल मिळालेली नाही, म्हणून थोडी दमछाक होते आहे. इथे आपण त्रागा करून चालणार नाही, तर आधार द्यायला हवा आहे.

■

३ 'ति'चं मोठं होणं

तिच्या जन्माचं स्वागत प्रत्येक घरात वेगवेगळ्या पद्धतीनं होतं. काही घरांमध्ये तिच्या जन्माचं स्वागत होतं, तर काही घरांमध्ये ती जन्म घेणार आहे म्हटल्यावर ती जन्माला येऊच नये अशी व्यवस्था अजूनही केली जाते. ती जन्माला आली तरी तिला अनेकदा दुजाभाव सहन करावा लागतो. 'ति'ला अशा पद्धतीनं वागवणारी कुटुंबं आजही आहेत.

काही सुधारित घरांमध्ये मात्र असा काही प्रश्नच नसतो. ती आवडतेच आम्हाला तीच हवी, असं म्हणणारी घरंही आहेत. तीही अशा घरात लाडातच वाढते. अशा घरात तिला कोणी 'मुलगी' म्हणून वाढवत नाही. पूर्वी फक्त मुलाला शिकवायचं, मुलीला नाही, अशी पद्धत आपल्याकडे होती. त्यानंतरच्या काळात मुलाला इंग्रजी माध्यमाचं शिक्षण (ते शिक्षण जास्त चांगलं, जास्त वरच्या दर्जाचं असं समजून) द्यायचं. मुलीला मात्र जवळच्या, मातृभाषेच्या शाळेत घालायचं, असा भेदभावही करून झाला. पण आता खऱ्या अर्थानं सुशिक्षित घरात असं काही होत नाही. मुलगा-मुलगी एकाच दर्जाच्या शाळेत जातात. त्याच्याबरोबर तिचेही छंद जोपासले जातात. त्याचा-तिचा आहार आता सारखाच असतो. आधी तो नसायचा. पूर्वी तिला स्पर्धांदरम्यान गावाबाहेर जाण्याची न मिळणारी परवानगी आता सर्रास मिळू लागली आहे. तिची प्रगती तितकीच महत्त्वाची आणि आवश्यक मानतात.

इथे प्राधान्याने मुलीला जीवन देणाऱ्या, तिला सन्मानाने प्रगतीच्या दिशेकडे नेणाऱ्या घरांचाच विचार केला आहे. लाघवी

मुलगी लहानशी, तीन-चार वर्षांची असल्यापासून घरातल्या सर्वांवर प्रेम करते, त्यांची काळजी घेते. गळ्यात हात टाकून आई-बाबांच्या दमलेल्या, तापलेल्या मनाला रिझवते. खेळ म्हणून भरपूर पसारा घालून ठेवेल, कधी भाजी विकायला बसेल आणि बसवेल, तर कधी घरात शाळा भरवेल. आईच्या वस्तू तिलाही हव्या असतील. ती मागेल. दणकून हट्ट करेल. हात-पाय झाडून बसकण मारेपर्यंत परीक्षा घेईल. हे सर्व लहान वयात तीही करणार आहे.

सात-आठ वर्षांनंतर मात्र सगळा नूरच बदलेल. या दरम्यानचे सातव्या, आठव्या, नवव्या, दहाव्या वर्षीचे वाढदिवसाचे फोटो काढून एकत्र बघितले तर वाटेल, अरे, केवढा फरक पडला आहे हिच्यात! ही कशी दिसायची आता-आतापर्यंत! गोलसर-नाजूक-गोबऱ्या चेहऱ्याच्या जागी उभट चेहरा दिसू लागेल. डोळ्यांतली मस्तीखोरपणाची झाक गेलेली असेल. आताही डोळे चमकदार असतील, पण त्यात स्मार्टनेस जास्त असेल. आता ती आईच्या वस्तू मागणार नाही, तर त्याच हक्काने वापरेल. आईचा मोबाईल नंबर हाच तिचा मोबाईल नंबर असेल. आईच्या गाडीची की-चेन आणि तिच्या सायकलची की-चेन यात फार फरक नसेल. आईला आलेले मेसेज पटकन पुढे येऊन वाचणं, तिला सांगणं, 'काय रिप्लाय देऊ' हे तिला विचारून स्वतःच करणं, हे आता सुरू होईल. आपण आईसारखं व्हायचंय, असं कुठे तरी वाटत राहणार. पण तिचं प्रेम मात्र दोघांवरही सारखंच असणार. बाबा फिरतीवर असला तरी त्याची ती वाट पाहणार. बाबाच्या वाढदिवसाला, 'फादर्स डे'ला हाताने वस्तू बनवून देणार आणि दोघांकडूनही 'रिटर्न गिफ्ट'ची अपेक्षा ठेवणार.

दहावं सरलं की ती खरोखरच मोठी व्हायच्या मार्गाला लागते. काही मुली वयात येतात. अशा वेळी मुलीशी काय बोलायचं आहे याची योग्य तयारी आईने करून ठेवायला हवी. आईचा चेहराच भांबावलेला, गोंधळलेला दिसला तर मुलगी त्यातून काय शिकायचं ते शिकते. म्हणून आईने शांतपणे शास्त्रीय माहिती द्यायला हवी. यासाठी डॉक्टरांची मदत घ्यायला हरकत नाही. या सर्व काळात मुलीच्या मनात जे काही प्रश्न येतील त्यांची नीट उत्तरं तिला द्यायला हवीत. तुम्ही तिला उत्तरं दिली नाहीत तर ती ही उत्तरं इतर मार्गांनी मिळवण्याचा प्रयत्न करेल. त्यापेक्षा या बाबतीत आई-मुलीचा छान संवाद घडावा.

सध्या शाळांमधून लैंगिक शिक्षणाला सुरुवात झालेली असते. त्यामुळे या

वयात प्रश्न खूप असतात. आणि ते सर्व (काहीही असले तरी) रास्तच असतात. त्यांची उत्तरं आपणच द्यायला हवीत.

या वयात मुलीला 'माझी मी काही विशेष आहे' हे कळायला लागतं. तिचे कपडे, तिची हेअरस्टाइल या विषयावर तिची स्वतंत्र मतं असतात. तसा ड्रेस, तशाच चपला, तशीच हेअरस्टाइल हे हवंच असतं. स्वत: पार्लरमध्ये जाऊन अपडेट राहणाऱ्या आईलासुद्धा याचं आश्चर्य, अप्रूप वाटल्यावाचून राहत नाही. कधी कधी या स्टाइल्सची डोकेदुखीही होते.

'अग, हे बरं दिसत असतं तर मी काहीच म्हटलं नसतं; पण हे तुला छान नाही दिसत. पीसीनेसुद्धा त्या एकाच सिनेमापुरतं केलं होतं असं..' वगैरे समजावून सांगायचा खूप प्रयत्न होतो. (माहीत नसलेल्यांसाठी : पीसी= प्रियांका चोप्रा; टीनएजरच्या आई-बाबांना अशा भाषेची सवय करून घ्यायला हवी.) पण 'ही स्टाइल काय भारी दिसते तुला' असं शिक्कामोर्तब जर प्रत्यक्ष मैत्रिणींनी केलं असेल तर त्यासमोर इतर कोणीही काहीही म्हणू शकत नाही. मैत्रिणींचं म्हणणं तिच्या दृष्टीने सर्वात बरोबर असतं. तिच्या त्या विचित्र कापलेल्या केसांकडे बघून आई चुकचुकत राहते. स्वत:च्या मैत्रिणी, नातेवाइकांसमोर 'जाऊ दे, तिला आवडतंय म्हणून केलीय अशी स्टाईल,' अशी तिचीच बाजू घेत राहते. काही दिवसांनी पहिली स्टाइल जाते ती पुन्हा मूळपदावर येते, आपोआपच. काही महिन्यांनी तर स्वत:च्याच फोटोकडे बघून म्हणते- 'अग, कशी बावळट दिसत होते ना मी!' आई-मुलीचा संवाद पहिल्यापासून छान असेल तर संवादाचे शॉर्टकट आईला 'आमचं सिक्रेट' म्हणून सांगितलेले असतात. 'वर्गातला घोडा म्हणजे कोण?' 'मुंगूस म्हणजे कोण?' 'डीएच ऊर्फ धोनी म्हणजे कोण?' 'एमबीबीएस म्हणजे म्हैस बांधता बांधता सुटली' असले प्रासंगिक आणि अत्यंत निरर्थक शॉर्टकट्स आणि त्यावरून खिदळणं, हा एक 'आयएमपी' प्रोग्राम असतो.

अशी ती स्वत:च्याच विश्वात दंग असल्यासारखी भासते; पण आजूबाजूला तिचं नीट लक्ष असतं. घडणाऱ्या घटना तिच्या मनावर बरे-वाईट परिणाम करत असतात. तिला परिस्थितीची जाण येत असते. घर, नातेसंबंध, आपल्या बरोबरीच्या किंवा करियरच्या निवडीच्या वाटेवर असलेल्या बहिणी, मैत्रिणींकडे ती बघत असते. आपण पुढे काय करणार आहोत, याचे विचार अधूनमधून मनात येत

राहतात. या विचारांना कधी योग्य दिशा असते, तर कधी अजिबात नसते. ग्लॅमर जास्त आवडत असतं. एखाद्या गोष्टीने, प्रसंगाने, व्यक्तीमुळे भारावून जाणं, हे तर चालूच असतं. विचारांकडे विशेष लक्ष न देता व्यक्तीचं बाह्यस्वरूप आवडणं, याकडे कल असतो. मजेचे, समारंभाचे कार्यक्रम जास्त आवडतात. आपल्या वयाच्या मित्र-मैत्रिणी, भावंडं यांच्याबरोबर वेळ घालवायला मस्तच वाटतं.

आता ती स्वतःला आईच्या बरोबरीची समजते. तिला सल्ले देते. आईच्या मित्र-मैत्रिणींवरून आईलाच टोकते. 'तू जरा हुशारीने वाग,' असं बिनदिक्कत सांगायला कचरत नाही. मैत्री, ती कशी असावी, कोणाशी असावी वगैरे विषयांवर पंधराएक मिनिटांचं व्याख्यान ती सहज देऊ शकते. घराचं व्यवस्थापन, ऑफिसची कामं कशी करावीत, हेही ती सांगते. चुका काढते, त्या दाखवून देते आणि उपाय विचारले तर ते सांगायचीही तिची तयारी असते. हे उपाय वापरून बघण्यासारखे असतात, हे महत्त्वाचं.

अजूनही आत्यंतिक नाइलाजाने ती आईच्या वस्तू वापरते आहे. पण खरं तर तिला तिच्या स्वतंत्र वस्तू हव्या आहेत. मला अमुक कंपनीचा मोबाईल हवा, तमुक पद्धतीचा टॅब हवा, मला माझं स्वतःचं फेसबुक अकाउंट हवं, अशी मोठी यादी असते. भुणभुण चालू असते. अशा परिस्थितीत समजा तिच्या वयाची एखादी मैत्रीण पुढे गेली, म्हणजे तिला अशी वस्तू मिळाली, तर मात्र तशी वस्तू हवी म्हणजे हवीच असते. यासाठी आता त्रागा, आदळआपट, जेवणावर राग, अभ्यास न करण्याची धमकी ती देते. जबाबदारीने वागण्याचा प्रयत्न करणाऱ्या, समंजस आहे असं वाटायला लागणाऱ्या मुलीला अचानक एवढं रागवायला काय झालं, हे इतरांना समजत नाही. पण हा राग खराच असतो. कारण 'वस्तू'पेक्षा महत्त्वाची असते ती इमेज. मित्र-मैत्रिणींसमोर आपल्याला हवी तशी इमेज तयार करायला आधीच, बरेच कष्ट घेतलेले असतात. ही इमेज आता आई-बाबांनी वस्तू घेऊन न दिल्यामुळे जाणार, अशी काळजी मनात असते. ती काळजी रागाचं रूप घेऊन व्यक्त होते.

इंटरनेट काय कामाचं?

पूर्वी ज्या मुलांना झाडाचं पान हिरवंच का असतं, सूर्य रात्री का नाही उगवत, आकाशातल्या सगळ्या चांदण्या एकत्र केल्या तर काय होईल, मांजर हसत का नाही, असे प्रश्न पडायचे. त्यांनाच आता शरीरात हे असे बदल का होतात, मुलींचं शरीर असं का होतं, लग्न झाल्यावर नक्की काय करायचं असतं, दारू का प्यायची नसते, सिगरेट का ओढायची नसते, ते वाईट आहे म्हणजे नक्की काय, आणि वाईट असेल तर लोक दारू का पितात, सिगरेट का ओढतात– असे प्रश्न पडायला लागतात.

पण या प्रश्नांची उत्तरं कुठं मिळतात, हे नक्की माहीत नसतं. आपल्यासारखेच प्रश्न आपल्या मित्र-मैत्रिणींनाही असतात का, याचीही जाणीव नसते. पण प्रश्नांची उत्तरं मिळवण्यासाठी धडपड मात्र चालू असते. मुलांच्या हातात इंटरनेट आला तर त्यावर भलतीच माहिती समोर येते. जास्तीची माहिती येऊन मनावर अक्षरशः आदळते.

इंटरनेट वापराच्या बाबतीत लक्षात घेण्याची गोष्ट म्हणजे त्यातल्या बहुसंख्य (खरं म्हणजे सर्वच) गोष्टी या पाश्चात्त्य संस्कृतीला अनुरूप असतात. आपल्या परिस्थितीचा काही संबंधच नसतो. उदाहरणार्थ,

टीनएजर्ससाठी चालवलेल्या एका साइटवर एका तेरा वर्षांच्या मुलीने मानसशास्त्रज्ञ स्त्रीला असा प्रश्न विचारला होता, की 'मी वयात आले आहे, पण हे कळत नाहीये की आईला कसं सांगू?' आपल्याकडे हा असा प्रश्नच गैरलागू ठरतो. कारण आई कितीही कामात असली तरी तिचं स्वतःच्या वयात येऊ घातलेल्या मुलीकडे लक्ष असतंच. मात्र, यासारखे बक्कळ प्रश्न इंटरनेट साइट्सवर असतात.

तसंच पाशचात्त्य भाषांमधून आपल्याकडे अनुवादित झालेल्या टीनएजर्सच्या पुस्तकांतूनही हेच दिसून येतं. तिथे बारा वर्षांची मुलगी खूपच सहजपणे 'मी माझ्या बॉयफ्रेंडला भेटायला काय घालून जाऊ,' वगैरे विचारत असते. आणि आपल्याकडे बारा वर्षांची मुलगी किंवा मुलगा 'माझ्या बर्थडेला माझी आई गुलाबजाम आणि पावभाजी करणार आहे, तुम्ही सगळ्यांनी या', असं मित्र-मैत्रिणींना सांगत असते. रोज हक्काने आई-बाबांशेजारीच झोपत असते.

त्यामुळे इंटरनेटवर सल्ले विचारताना आणि दिलेले सल्ले विचारात घेताना दोन संस्कृतींमधला हा फरक नक्कीच लक्षात घ्यायला हवा. उलट, आपल्याकडे एकमेकांवरचं प्रेमच खऱ्या अर्थाने गुंता निर्माण करतं, असं वाटतं. तिकडे चौदा-पंधराच्या वयात मुलं स्वतंत्र होतात, तर आपल्याकडे हळूहळू सुटी होऊ लागतात. आपल्याकडची आई नेमकं तेव्हाच ठरवते, की खूप वर्षं नोकरी केली. आता जरा काही वर्षं मुलांकडे बघू. आपल्याकडचं 'मुलांकडे बघू' प्रकरण कधी संपतच नाही.

त्यामुळे आपल्या वागण्याला आणि प्रश्नांना इंटरनेटवरून कधी-कधी उत्तरं मिळत असली तरी ती संपूर्ण उत्तरं ठरू शकत नाहीत.

■

४ 'त्या'चं मोठं होणं

एखाद्या घरात जेव्हा एखादा 'तो' जन्माला येतो तेव्हा त्याचे किती आणि कसे लाड होतात, हे वेगळं सांगायला नकोच. सर्वांचा लाडका असलेला हा मुलगा कौतुकाने कदाचित जास्तच बहरून जातो. त्याचा प्रत्येक शब्द घरातल्यांसाठी महत्त्वाचा असतो. कदाचित काही घरांमध्ये लाडा-कौतुकाच्या सीमा ओलांडून त्याला शेफारूनही ठेवलं जातं. लहानपणी अशा वातावरणात वाढवलं गेलं तर मोठेपणीही त्याला तशीच सवय असणार हे उघडच आहे. वयानुसार मूल समजूतदार होत जाणार, हे अशा मुलांच्या बाबतीत गृहीत धरून चालत नाही. उलट, मोठं झाल्यावर असा मुलगा कशालाच जुमानत नाही, हे तर ओघाने आलंच. त्यासाठी खरी गरज असते ती मुलग्यांना लहानपणापासून लाडावून न ठेवण्याची.

तो मुलगा अगदी छोटा असतो, तेव्हा त्याला आईची-बाबांची गरज लागते. तो बऱ्याचदा आज्ञाधारकाच्या भूमिकेत असतो. हट्ट केला, काही वेळा चिडचिड केली, आदळआपट वगैरे केली तरी मुळात तो आई-बाबांवर अवलंबून असतो. तो त्याच्या पद्धतीने व्यक्त होत असतो. या वयात असं थोड्या प्रमाणात व्यक्त होऊ द्यावंही. त्या वेळेस कसलीच प्रतिक्रिया न देणं हे योग्य. आणि एकदा सगळा भर ओसरला की मात्र त्याला समजावून सांगणं, हा एक परिणामकारक उपाय असतो. कारण अजून तरी हे मूल पूर्णपणे तुमचं आहे तुमच्या भावभावनांशी जोडलं गेलेलं आहे. त्याच्या या जडणघडणीच्या महत्त्वपूर्ण काळात एक गोष्ट न केलेली चांगली. ती म्हणजे

तो रागावला की आपण दुप्पट रागवायचं, जोरात ओरडायचं किंवा मारायचं. आपल्या अशा वागण्यामुळे त्याच्या रागावण्या-संतापण्याला तर खतपाणी मिळतं. मुख्य म्हणजे आपल्याला राग आला, तर 'असंच' वागायचं असतं, हा संदेश त्याला मिळतो. कारण अजून तरी या वयात आई-बाबा हेच त्याचे आदर्श आहेत. तुमच्या हावभावांचं, वागण्या-बोलण्याचं, राग व्यक्त करण्याचं प्रतिबिंब थेट त्याच्या मनावर पडतंय. जर या वयात त्याला राग व्यक्त करण्याचे असे अनुभव खुद्द पालकांकडूनच मिळाले तर 'असंच वागायचं असतं' याचं बाळकडू आपोआपच मिळतं. किंवा खरं सांगायचं, तर आपणच त्याला ते बाळकडू देतो. कारण वस्तुस्थिती असते, की कितीही रागावलं, चिडलं तरी अजून तरी ते आज्ञाधारक असलेलं आई-बाबांचं छोटंसं मूल आहे!

नऊ-दहा या वयानंतर तो सामाजिकदृष्ट्या स्वावलंबी व्हायला लागतो. छोट्या छोट्या प्रसंगांतून आपल्याला तो मोठा होतो आहे हे दिसून येतं. याआधी कपड्यांच्या, त्यांच्या खरेदीच्या बाबतीत तो कायमच बेफिकिरी दाखवत असेल, पण आता मात्र अचानक आपले कपडे 'भारी' आहेत की नाही हे बघणं, त्यासोबत हेअरस्टाइलची काळजी घेणं, कपड्यांवर चपला/शूज नीट दिसताहेत की नाही हे बघणं, नवीन फॅशनच्या वस्तू – त्यात की-चेन, विशिष्ट कंपनीचं पेन, कंपनी बघून खेळाचं साहित्य, अशा वस्तूंमधलं लक्ष हळूहळू वाढायला लागतं, अशा वस्तूंचा आग्रह वाढतो. घरातला किंवा जवळचा कोणी दादा हा त्याचा 'आदर्श' व्हायला लागतो. त्याच्यासारखं वागणं-बोलण्याची स्टाइल तो बघतो. त्याचं निरीक्षण करतो. त्याचबरोबर फिल्मी हीरोही आवडायला लागतो तो त्याच्या स्टाईलसाठी! वागणं असं बदललं की समजावं, तो मोठा होतोय.

अशा कोणत्या तरी 'दादा'मध्ये तो स्वतःला बघत असतो आणि स्वतःलाही तसंच समजत असतो. आपण मोठे 'होत' आहोत हे त्याच्या गावीही नसतं. उलट, आपण मोठे 'झालो' आहोत हे त्याला मनोमन माहीतच असतं. त्याला जो कोणी मोठा समजत नाही त्याचं काही खरं नाही, अशी परिस्थिती निर्माण होते.

इकडे आई-बाबांच्या दृष्टीने मात्र हे अजूनही पिल्लूच असतं. त्यामुळे

त्याच्याशी ते मोठ्याप्रमाणे कशाला वागतील? ते त्याला अजून बारीक बारीक सूचना करतच राहतात. 'दात घासले का', ' जेवायला बसायच्या आधी हात धुऊन ये,' 'पेन घेतलंस का बरोबर', 'आटप लवकर, आता काका येतील.'– अशा सूचना आई-बाबा देत राहतात. आणि त्याला मात्र या सूचनांचा त्रास होत असतो. 'मला हे सगळं माहिती आहे, कशाला तेच तेच सांगताहेत?' असं त्याच्या मनात येतं. दर वेळी तो हे बोलून दाखवेलच असं नाही, कारण त्याला मनातून त्याच्या एका स्वतंत्र जगात राहावंसं वाटतंय. त्यात या सूचना म्हणजे कर्कश डॉल्बी सिस्टीमच्या त्रासदायक गोंधळासारख्या वाटताहेत. या सूचनांना विरोध करायला जावं तर समोरून अजून शंभर सूचना येणार, ओरडा खावा लागणार, आणि उलट बोलतो म्हणून धपाटाही बसणार; त्यापेक्षा या सूचनांकडे दुर्लक्ष करणंच इष्ट, असं तो ठरवूनही टाकतो. म्हणून त्याला या सूचना खरं तर ऐकूही येत नसतात. मग त्याची अंमलबजावणी तो करणार कशी?

– आणि इथेच पालकांचा खरा गोंधळ उडतो. आपण सूचना देतो त्या तो पाळत नाही, पण सूचना दिल्याशिवाय चालतही नाही. नाही तर त्याचं वेळेत उरकणार नाही, तो अभ्यास करणार नाही याची निश्चितीच. तो शाळेतून आला की दप्तर एकीकडे, शूज एकीकडे टाकणार. शाळेतला गृहपाठ लिहून आणेलच याची खात्री नाही. म्हणजे सूचना तर अजून लागतातच आहेत. मग अशा वेळी काय करायचं? ही एक गोंधळाची परिस्थिती असते.

त्याचं बारा-तेरा हे वय म्हणजे तर साक्षात वादळी काळ. आपण मोठेच आहोत हे त्याला माहीत आहे; पण इतरांच्या दृष्टीने अजून तरी याला मान्यता मिळालेली नाही. अभ्यास वाढलेला आणि वर्तन बिघडलेलं- अशी बहुतेकांची परिस्थिती असते. आई-बाबांनी अभ्यासाची आठवण करून दिली की आतापर्यंत तो अळंटळं करायचा पण अभ्यासाला बसायचा. आता मात्र तो वेगळाच वागतो. 'अभ्यास' म्हणजे जसा काही त्याचा शत्रू झालेला असतो. आणि त्याची आठवण करून देणारे आई-बाबाही शत्रूच! त्यामुळे अभ्यासाची आठवण करून दिली की तो आता चिडतो, कधी कधी संतापतो, उलटही बोलतो. आवाज चढवून बोलतो. कधी, कुठे ऐकलेली शिवीही देतो. इथे आपण आईशी बोलतोय की बाबांशी बोलतोय याचंही भान बऱ्याचदा सुटतं. यासोबत रागीट चेहरा, हातवारे हे असतंच.

या सगळ्यामुळे असं वाटतं, की अचानक काय झालं याला?

मुलींचं वयात येणं कळतं, पण मुलांचं कळत नाही. म्हणून मुलांशीसुद्धा संवाद ठेवणं गरजेचंच आहे. बाहेरून माहिती मिळण्यापेक्षा घरातूनच माहिती मिळालेली केव्हाही चांगलीच. यासाठीही डॉक्टरांची मदत घेता येऊ शकते. या टप्प्यावर मुलाला हे समजून देण्याची, त्याला समजून घेण्याची तितकीच गरज असते. मुलींच्या तुलनेत बघायचं, तर मुलग्याचं वयात येणं आपण गांभीर्याने घेत नाही. त्याला काय सांगायचं, कळतं आपोआप, असं गृहीत धरणं नको. त्यालाही शास्त्रशुद्ध माहितीची गरज आहेच.

■

५ नजर टाकू या बालवयावर

कोणत्याही व्यक्तीचा वयोगट आणि तिची मानसिकता यांचा निश्चित संबंध असतो, असं मानसशास्त्राने अनेक प्रयोगांतून सिद्ध करून दाखवलं आहे. म्हणजेच व्यक्तीच्या विचारांवर, तिच्या मतांवर, वागण्यावर; इतकंच काय, तर आवडीनावडींवरही वयाचा काहीएक प्रभाव असतो. त्यामुळेच दोन वर्षांचं मूल आहे, तर ते 'असंच' वागणार. साठी पार केली की स्वभाव 'असाच' होतो, असं आपण म्हणत असतो. त्याचप्रमाणे चौदा-पंधरा वर्षांची मुलं आणि मुली 'असं' वागणार, हे ओघानं आलंच. या 'असंच'मधल्या जागांमधला मजकूर मात्र बदलत असतो

प्रसिद्ध मानसशास्त्रज्ञ ज्याँ पियाजे यांनी असं म्हटलं आहे, की मुलं शरीराने वाढत असताना 'दिसतं', मात्र त्याच वेळेस त्यांची बौद्धिक वाढ होत असते, हे दिसत नाही पण जाणवतं. त्यांच्या बोलण्यामधून, कल्पनांमधून, त्यांच्या प्रश्न विचारण्याच्या पद्धतींवरून ही वाढ जाणवते. याच वेळेला त्यांचा भावनिक विकासदेखील होत असतो. प्रत्येकाचं वय वाढत असतं, त्याचप्रमाणे त्याचा विविध अंगांनी मनोविकास होत असतो.

पियाजे यांनी मुलांचा बौद्धिक विकास पायरी-पायरीने कसा होत

असतो हे सांगितलं आहे.

सर्वांत पहिली पायरी ही ० ते २ वयापर्यंत असते. याला सेन्सरी मोटर स्टेज असं म्हणतात. नुकतंच जन्मलेलं, दिवसातून २०-२२ तास झोपत असलेलं मूलसुद्धा सतर्क असतं. या काळात ते आपल्या ज्ञानेंद्रियांच्या साहाय्याने भोवतालचं जग समजून घेत असतं. स्पर्श, चव, वास, दृश्य प्रतिमा आणि श्रवण यांच्याकरवी आपल्या आसपास काय चाललंय हे अतिशय चौकसपणे मूल अनुभवत असतं.

त्याच्या पुढचा काळ म्हणजे स्वतःच्याच प्रेमात पडण्याचा काळ. २ ते ६ हा काळ अतिशय महत्त्वाचा असतो. या काळात मूल हळूहळू विचार करायला शिकतं; पण आसपास घडणाऱ्या प्रत्येक गोष्टीत, घटनेत आपण केंद्रस्थानी आहोत आणि बाकी सर्व आपल्या आसपास आहेत, असा त्याचा गोड गैरसमज असतो. आई, बाबा, नव्याने ओळख झालेले मित्र-मैत्रिणी, इतकंच काय पण शाळाही खास त्याच्यासाठी आहे, असं याला वाटत असतं.

मात्र, हे वय जसजसं वाढतं तसं त्याला फक्त आई-आजी-बाबा यांच्याबरोबर खेळण्यापेक्षा मित्र हवे असतात; पण तेही केव्हा, तर त्याला हवे तेव्हाच! या काळाच्या शेवटच्या टप्प्यात मूल सामाजिक होण्याकडे वाटचाल करतं. या काळाला प्री-ऑपरेशनल स्टेज असं म्हणतात.

सहाव्या वर्षानंतर मूल पहिलीत जातं. कारण आता ते काही प्रमाणात औपचारिक शिक्षण घेऊ शकतं. कारण हळूहळू त्याचा प्रवास मूर्त संकल्पनांकडून अमूर्त संकल्पनांकडे होत असतो. म्हणजे आतापर्यंत मूल वस्तू मोजून १,२,३ मोजत असेल, किंवा सरळ सरळ १ ते २०, १ ते ५० पर्यंतचेही अंक स्मरणशक्तीच्या साहाय्याने म्हणत असेल; पण आता मूल वस्तू नसतानाही अंक आणि वस्तू यांचा केवळ मनात ताळमेळ साधून योग्य उत्तर देऊ शकतं. कारण या संदर्भातला त्याचा बौद्धिक विकास आता झालेला असतो.

या टप्प्यानंतर आत्मकेंद्रित अवस्थाही कमी होते. जग हे अव्याहत चालूच असतं. तो केवळ आपल्या आसपास चाललेला खेळ नाही, याची जाणीव वाढते. मूल खऱ्या अर्थाने सामाजिक होतं. समाजप्रियता वाढते. खेळताना मित्र-मैत्रिणींशी भांडण झालं तरी थोड्याफार तडजोडी करून खेळात टिकून राहण्याचं तंत्र ते शिकतं. कारण घरात बसण्यापेक्षा मित्रांशी खेळणं फायद्याचं आहे, हे त्याला कळायला लागलेलं असतं.

११ ते १५ या काळाला फॉर्मल ऑपरेशन स्टेज म्हणतात. आता प्रौढ माणूस होण्याकडे चाललेली वाटचाल जवळच्या टप्प्यात आलेली असते. हा काळ तर महत्त्वाचा असतोच, पण याआधीचे सगळेच टप्पेही महत्त्वाचे असतात. कारण ० ते १० या वयात त्याला कसे अनुभव मिळाले आहेत यावर त्याच्या व्यक्तिमत्त्वाची दिशा आगामी काळात काय असेल हे ठरत असते. आतापर्यंतच्या प्रत्येक टप्प्यावर बुद्धी आणि भावना या दोन्हींसाठी त्याला जसे अनुभव मिळाले आहेत, त्याचंच प्रतिबिंब त्याच्या विचार आणि वर्तनात उमटणार हे नक्कीच आहे.

आनुवंशिकता आणि परिसर या दोन्हींचा संबंध त्यांच्या विकासाशी असतो. कधी कधी असं दिसतं की मूल बुद्धिमान आहे, मात्र त्याच्या विकासाला पूरक असं वातावरण घरा-शाळेतून मिळालेलं नाही. असं असतानाही ते वयाच्या या टप्प्यावर अचानक चमकू शकतं. कारण या वयात मूल स्वत:ला जाणायला लागलेलं असतं. 'मी नक्की कोण', 'मला काय आवडतं', 'मला काय चालतं', 'मला काय आवडत नाही', 'मला कोण व्हायचं आहे', असे काहीसे विचार त्याच्या मनात यायला लागतात, रेंगाळायला लागतात, तर कधी कधी या विचारांच्या जबरदस्त लाटा मनात धडका मारायला लागतात.

सध्या आपल्यासमोर आपलं टीनएजचं मूल आहे. त्याचा विचार करताना केवळ 'आज' लक्षात घेऊन चालणार नाही. त्याचे यापूर्वीचे सर्व मनो-शारीरिक टप्पे लक्षात घ्यायला हवेत. कारण माणूस हा स्वानुभवातून घडलेला असतो. आधीच्या सर्व टप्प्यांचा त्याच्यावर परिणाम झालेला असतो.

■

६ न्यूरॉन्स आणि अनुभव

आपल्या अनुभवांमधून आपण घडत जातो हे निर्विवाद सत्य आहे.

प्रत्यक्ष परिस्थितीत जे अनुभव आपण घेतो त्याचं मेंदूत नेमकं काय होतं हे बघणं अतिशय मजेदार आहे. ते समजून घेण्यासाठी एक चित्र डोळ्यांसमोर आणू. समजा, एखादा समारंभ आहे. त्या समारंभाला बोलावलेल्या लोकांची एकमेकांशी फार ओळख नाही. कार्यक्रम सुरू होईपर्यंत ते सगळे आपापली जागा धरून सुटे सुटे वावरत आहेत; पण एकदा ओळखीचा कार्यक्रम सुरू झाला. ओळखी होत गेल्या की एकमेकांशी संवाद सुरू होतो. 'वेव्हलेंग्थ' जुळली तर गप्पा चालू होतात. नाही जुळली तर नुसतीच तोंडओळख होते. यातले काही जण समारंभ संपल्यानंतरसुद्धा एकमेकांना भेटतात. आपापल्या कार्यक्षेत्रानुसार त्यांची मैत्री दृढ होते. या समूहाला नंतरदेखील काही नवे मित्र येऊन मिळतात.

साधारणतः काहीसं असंच लहान मुला-मुलींच्या मेंदूत घडत असतं. आपल्या मेंदूतही कार्यक्षेत्रं ठरलेली असतात जन्माला येण्यापूर्वी मेंदूतल्या शिकणाऱ्या पेशी, न्यूरॉन्स हे आपापले सुटे सुटे वावरत असतात. मूल जन्माला आलं की एकेक अनुभव मिळत जातात. यातील प्रत्येक अनुभव हा न्यूरॉन्सची जुळणी करत असतो. पहिलावहिला अनुभव बाहेरच्या प्रकाशाचा असतो. तापमानातला बदल, माणसांचे स्पर्श, त्यांचे आवाज, भोवताली होणारे विविध आवाज या सगळ्यातून मेंदू शिकायला लागतो, नवनवे अनुभव घ्यायला लागतो.

अनुभव घेत शिकण्याचा जो प्रवास या क्षणी चालू होतो तो आयुष्यभर तसाच राहतो. ही आहे आपली शिकण्याची शरीरशास्त्रीय प्रक्रिया. शास्त्रीय भाषेत सांगायचं, तर न्यूरॉन या प्रत्येक पेशीमध्ये एक केंद्रक असतं. त्याच्या बाजूने अनेक शाखा फुटलेल्या असतात. या शाखांना डेन्ड्राइट्स (Dendrites) म्हणतात. प्रत्येक न्यूरॉनला एक लांब धागा असतो, त्याला अक्झॉन (Axon) म्हणतात. जेव्हा आपण एखादी नवी गोष्ट शिकतो, एखादं नवं गणित शिकतो किंवा गोष्ट वाचतो, सायकल चालवायला शिकतो, पोहायला शिकतो किंवा नव्या माणसाला भेटतो, वेगळ्या ठिकाणी फिरायला जाऊन नवीन वातावरण, वेगळी भाषा अनुभवतो, त्या वेळेस आपल्या मेंदूतले न्यूरॉन्स गतिमान होतात. मेंदूच्या विशिष्ट क्षेत्रात न्यूरॉन्सची जुळणी होते. म्हणजेच एक अक्झॉन दुसऱ्याला जाऊन मिळतो. त्यांच्यात विद्युत-रासायनिक संदेशाचं आदानप्रदान होतं. म्हणजेच सिनॅप्स तयार होतात. प्रत्येक नव्या अनुभवाच्या वेळी आपल्या मेंदूत असे सिनॅप्स तयार होत असतात. हे काम अतिशय वेगात होतं. मेंदूत अशा न्यूरॉन्सची संख्या अब्जावधींच्या घरात असते.

टीनएजमधल्या आपल्या मुला-मुलींना कुटुंब, शेजारपाजार, मित्र-मैत्रिणी, समाज, शाळा यांतून आजवर जे अनुभव मिळाले आहेत त्यानुसार विविध क्षेत्रांमध्ये न्यूरॉनची जुळणी झालेली असते. विविध प्रसंगी मूल ज्या पद्धतीने वागतं, आपल्या प्रतिक्रिया देतं, त्या प्रतिक्रिया या पूर्वानुभवांवर आधारित असतात. हे अनुभव आनंदाचे, सहकार्याचे, प्रोत्साहनाचे असतील तर मूल तशा प्रतिक्रिया देतं; पण हे अनुभव जर भांडणांचे, भीतीचे, दडपशाहीचे, दुःखी करणारे असतील तर साहजिकच मन त्याच पद्धतीने घडलेले असल्यामुळे प्रतिक्रिया तशाच येतात.

उदाहरणार्थ, वर्गात उत्तरपत्रिका वाटल्या, त्यात दोघांना अतिशय कमी गुण मिळाले. त्यातलं एक मूल अतिशय ताण घेतं. कारण गेल्या वेळेला असेच कमी गुण मिळाल्यावर घरच्यांचा चांगलाच राग त्याने सहन केला होता. आताही ते तसेच रागावणार, अपमान करणार, भरपूर मारणार, असं वाटून त्याला घरी जायची हिंमत

होत नाही. म्हणून ते मूल घरीच जात नाही. शाळा सुटल्यावर रस्त्यावर भरकटत बसतं. घरातल्या व्यक्तींची खूप आठवण येत असते, पण भीतीही वाटत असते.

कमी गुण मिळालेलं दुसरं मूलही याच मानसिक अवस्थेत असतं. भीती तर वाटत असतेच, पण दुःख झालेलं असतं. पेपर लिहितानाच तो चांगला गेलेला नाही हे माहिती असतं; पण इतका वाईट कसा, याचं उत्तर मिळत नसतं. हे दुसरं मूल लवकरात लवकर घर गाठतं. या विषयाचा अभ्यास आईने घेतलेला असतो. त्यामुळे इतके कमी मार्क कसे मिळाले, नक्की काय चुकलं आणि पुढच्या वेळेस कोणती काळजी घ्यायला हवी याचं उत्तर आईच नीट देईल, मनाचा गोंधळ तरी कमी होईल, असं याला वाटत असतं.

या दोघांनी एकाच परिस्थितीत वेगळ्या प्रतिक्रिया दिल्या, याचं कारण त्यांचा याच विषयातला पूर्वानुभव. दुसरं मूलही सातत्याने याच विषयात कमी पडतंय; पण त्याचे कुटुंबीय त्याला समजून घेताहेत, अचानक मार्क कमी मिळण्याचं कारण शोधून त्याला मदत करताहेत. त्यांना अपयश येतंय. मात्र, आई-बाबा आपल्याला मदत करतील, असा विश्वास हे मूल मनाशी बाळगून आहे.

मनाला स्थिरता आणि सुरक्षितता असल्यामुळे दुसरं मूल हे अपयशातून लवकर बाहेर येईल. कारण त्याला इतर कोणाचा तरी बाहेरून का होईना, आधार आहे. पहिलं मूल हे कमी मार्क मिळाल्यामुळे तर उदास झालेलं आहेच, शिवाय त्याला घरच्यांची अतिरिक्त भीती वाटते आहे. ही भीती नसती तर कमी मार्क मिळण्याची कारणं शोधून त्याने उपायांवर भर दिला असता. आताही हे मूल स्वतःच्या मनाशी अपार संघर्ष करून यश मिळवेल, पण त्यासाठी त्याची बरीच मानसिक शक्ती खर्च झालेली असेल. म्हणून प्रत्येकच अनुभव हा महत्त्वाचा असतो. तो न्यूरॉनच्या स्वरूपात जुळणी करून ठेवत असतो.

■

७ केमिकल्सचा खेळ

मुलं मोठी होताना त्यांचं वागणं बदलूनच जातं. याचं एक कारण म्हणजे हार्मोन्समध्ये होणारे बदल, हे आपल्याला माहीत असतं. शरीराच्या आतमध्ये जी काही उलथापालथ चाललेली असते, जे बदल आतल्या रसायनांमध्ये होत असतात, त्याचे परिणाम बाहेर उमटत असतात. हा काळ वादळी असतो तो मेंदूमध्ये चाललेल्या रसायनांच्या वादळांमुळे!

या वयात अतिशय वेगाने हार्मोन्समध्ये बदल होत असतात तसेच मेंदूच्या जडणघडणीतही काही मूलभूत बदल होत असतात. त्यामुळे या वयात व्यक्तिमत्त्वात बदल घडून येतात. वयाच्या टप्प्यावर मुलं-मुली अशी काही वागतात जशी ती यापूर्वी वयाच्या कोणत्याच टप्प्यात कधीही वागलेली नसतात आणि वयाचा हा टप्पा गेल्यावरही वागणार नसतात. त्यांचं या वयातलं वागणं वेगळं आणि वैशिष्ट्यपूर्ण असतं.

एरवी खूप लाजराबुजरा असलेला एखादा मुलगा अचानक धाडसी होतो. घरात रमणारा मुलगा सतत घराबाहेर राहायला बघतो. एखादी मुलगी अचानक अबोल होते. यामुळे पालकांचाही गोंधळ उडणं स्वाभाविक असतं. आपल्या मुलाला/मुलीला नक्की काय झालं आहे, असं त्यांना वाटून जातं. असं अंतर्बाह्य बदलून जाणं, हे काही पालकांना स्वीकारता येत नाही. ते नेहमीसारखे आणि सवयीनुसार वागत असतात; पण इकडची 'पार्टी' मात्र बदललेली असते, बदलत असते.

या भूमिकाबदलाविषयी जर कोणाकडे बोट दाखवायचं असेल तर ते सेक्स हार्मोन्स आणि फ्रंटल लोब यांच्याकडे दाखवावं लागेल.

सहा-सातव्या वर्षी मुलींच्या आणि आठ-नऊ या वयात मुलांच्यामध्ये असे बदल व्हायला सुरुवात होते. अर्थात तेव्हा हे बदल अगदी सुप्तावस्थेत असतात. हळूहळू या बदलांचे दृश्य परिणाम दिसायला लागतात. मुलांमध्ये टेस्टास्टेरॉन आणि मुलींमध्ये इस्ट्रोजेन या स्रावांचा उद्रेक होतो. मुलांमधलं टेस्टास्टेरॉनचं प्रमाण जवळपास वीस टक्के वाढतं. यावरून आपल्याला काय तो अंदाज लावता येतो. या सगळ्यामुळे या वयोगटाला 'वादळी काळ' म्हटलं आहे.

सामान्यतः वाऱ्याचा वेग जेवढा असतो त्यापेक्षा किती तरी पटीने जास्त वादळी वाऱ्याचा वेग असतो. हे वादळ असंच आत्मविश्वासानं भरलेलं असतं. समोर कोण आहे, आपल्या हातून काय होत आहे याचं भान वादळाला कधीच असत नाही. 'धडकणं' हाच वादळाचा स्वभावधर्म असतो. याचं कारण त्यात ठासून भरलेली ऊर्जा. ही ऊर्जाच त्याला 'चालवते'.

ही मुलं-मुली बऱ्याचदा अतिशय घाईत असतात. घरी यायच्या आधी मोठ्यांदा हाक मारणार. भराभर जिने चढणार. दार उघडेपर्यंत ठोठावत राहणार. जे मूल आतापर्यंत शाळेतून आल्यावर चपला, दप्तर जागेवर ठेवायचं.. म्हणजे त्याला/तिला तशी सवय लहानपणापासून लावली असेल तर! ते आता मात्र त्याच शिस्तीत वागेल असं नाही. याचं कारण काहीही असू शकतं. उदाहरणार्थ, काही तरी जोरदार सांगायचं आहे, किंवा काहीच बोलायचं नाही, सरळ खोलीत निघून जायचं, किंवा पुन्हा कुठे तरी बाहेर जायचं आहे. या शिस्तीबद्दल काही बोलायला गेलं, तर आपल्याकडेच असा काही कटाक्ष टाकणार की वाटावं, आपलंच काही चुकलं असावं.

आपल्या घरात शरीरानं मोठं झालेलं, उंच मूल आपल्याला दिसत असतं. बाहेरून ते मोठं झालेलं दिसत असलं तरी शरीराच्या आतल्या अवयवांचं काम

चालू आहे. त्यांच्या मेंदूतील प्री-फ्रंटल कॉर्टेक्स हा भाग वयाच्या या टप्प्यावर येईपर्यंत काही प्रमाणात अविकसित आहे. त्याला आता वयात येण्याच्या काळात चालना मिळाली आहे. तो विकसित होण्याची प्रक्रिया चालू झाली आहे.

हा प्री-फ्रंटल कॉर्टेक्स मेंदूत समोरच्या म्हणजे कपाळाकडील भागात असतो. माणसाला इतर प्राण्यांपेक्षा वेगळं ठेवण्यात या भागाचा मोठाच वाटा आहे. या कॉर्टेक्समध्ये विविध केंद्रं आहेत. त्या केंद्रांतून विविध पद्धतीची कामं चालतात. हव्या तशा शारीरिक हालचाली करण्याच्या आज्ञा मेंदूच्या याच भागातून सुटतात. स्मृतींचं केंद्रदेखील या भागात आहे, तसंच भावभावनांचा उगमही इथेच होतो. भाषाविषयक प्रमुख केंद्रं या भागात असल्यामुळे संवाद साधण्याचं कामही याच भागाचं. एखाद्या विषयाचं विश्लेषण करण्याचं काम इथं चालतं. अशी विविध कामं या भागात तयार झालेल्या न्यूरॉन्सच्या जाळ्यांमार्फत चालतात. त्यामुळे हा भाग अतिशय महत्त्वाचा आहे. या भागात इतरही अनेक प्रकारची कामं चालतात.

मात्र, आपल्या आणि प्रस्तुत विषयाच्या दृष्टीने महत्त्वाची तीन कामं याप्रमाणे आहेत :

- *एखाद्या विषयाची सखोल आखणी, मांडणी करणं हे प्री-फ्रंटल कॉर्टेक्सचं काम असतं.*
- *भावनांवर नियंत्रण, हे दुसरं महत्त्वाचं काम आहे.*
- *धोकादायक/अयोग्य कृती टाळणं हेदेखील प्री-फ्रंटल कॉर्टेक्सचं काम आहे.*

प्री-फ्रंटल कॉर्टेक्स विकसित झाल्यानंतर विषयाची सखोल मांडणी, भावनांवर नियंत्रण आणि अयोग्य कृती टाळणं ही कामं सहज जमतात. लहान किंवा कुमारावस्थेतली मुलं त्या बाबतीत काही प्रमाणात कमी पडतात. कारण हा भाग अजून विकसित व्हायचा असतो.

एखाद्या विषयाची सखोल आखणी, मांडणी करणं हे प्री-फ्रंटल कॉर्टेक्सचं काम असतं.

एखादा विषय केवळ वरवर नाही, तर पूर्णपणे समजून घेणं, त्या विषयाची सखोल मांडणी करणं, दूरदृष्टीने काही योजना ठरवणं हे लहान

मुलांचं काम नाही.

कुमारावस्थेतल्या मुलांकडून काही प्रमाणात तशी अपेक्षा केली जाते. अभ्यासाचं उदाहरण घेतलं तरी या गोष्टी लक्षात येतील. सातवी-आठवीपर्यंत मुला-मुलींना आपण अभ्यास कशासाठी करतोय, हा आपण शिक्षक किंवा पालक यांच्यासाठी करत नसून हे सगळं आपल्या भविष्यासाठी चाललं आहे, याचं त्यांना भान नसतं. ते आठवीच्या आसपास किंवा त्यानंतर येतं. त्यानंतर मुलं-मुली स्वतःहून अभ्यासाला बसणं, अभ्यासाचं वेळापत्रक ठरवणं अशा गोष्टी काही प्रमाणात करतात.

पण हे सगळं करतानाही सारखा मूड बदलणं, आळस वाढणं, एका ठिकाणी फार काळ लक्ष केंद्रित न होणं, या गोष्टी आड येतात.

▪ भावनांवर नियंत्रण, हे दुसरं महत्त्वाचं काम आहे

एखाद्या प्रौढ व्यक्तीत या दोन्ही गोष्टी (अर्थात स्वभावधर्मानुसार आणि कमी-अधिक प्रमाणात) दिसून येतात. पण युवावस्थेतल्या मुला-मुलींकडे याचा काहीसा अभाव असतो. कारण हे दोन्ही विभाग अजून पूर्णांशाने कार्यरत झालेले नसतात. हे विभाग योग्य प्रकारे विकसित झाले की ते कार्यान्वित होतात.

लहान वयात भावनांवर नियंत्रण तर नसतंच. राग, आनंद, प्रेम, भीती अशा सगळ्याच भावनांचा वेग जास्त असतो. मनात भावना आल्या की एकदम उतू जातात. कुमारवयात भावनांवर नियंत्रण काही प्रमाणात आलेलं असतं; पण पंचविशीच्या प्रौढ व्यक्तीप्रमाणे हे नियंत्रण नसतं. या वयात प्रेमाचा एकदम महापूरच येतो. प्रेमात पडणं, आपटणं सर्व काही असतं. उत्साह, आनंद, साहस या सगळ्याच गोष्टींमुळे मन हिंदकळत असतं.

कुठलीही गोष्ट मजा म्हणून करण्यात अतिशय रस असतो. अशी प्रत्येक गोष्ट एन्जॉय केली जाते. युवकांच्या कंपूत प्रत्येक गोष्टीवर पार्टी करण्याची पद्धत असते. चांगले मार्क मिळाले म्हणून, खूप दिवसांनी गाठ पडली म्हणून, सबमिशन वेळेवर झालं म्हणून... वाढदिवसाची पार्टी तर असतेच. पण पर्स हरवल्याचं दुःख विसरण्यासाठी, ब्रेक-अप झालं, विशिष्ट व्यक्तीचं ब्रेक-अप झालं म्हणूनही पार्टी करतात. कुठल्या ना कुठल्या निमित्ताने एकत्र यायचं, गप्पा मारायच्या, खायचं -प्यायचं, हे महत्त्वाचं असतं.

- **धोकादायक/अयोग्य कृती टाळणं हेदेखील प्री-फ्रंटल कॉर्टेक्सचं काम आहे.**

धोकादायक कृती न टाळता येणं हे तर या वयाचं महत्त्वाचं लक्षणच आहे. मित्रासाठी किंवा मैत्रिणीसाठी म्हणून 'काहीही' करण्यास धजावणं, पुढचा-मागचा विचार न करता सर्रास खोटं बोलणं, पालकांशी/शिक्षकांशी फोनवर बोलायचा प्रसंग आला तर धडकून दुसऱ्याच्या आवाजात बोलणं, तिसऱ्याच्याच नावाने काहीही सांगणं, असं मुलं-मुली बिनधास्त करतात. अगदी जिवावर बेतेल अशा संकटांमध्ये मजा म्हणून सामील होण्याचं कामही याच वयाचं.

असाच एक किस्सा. सर लेक्चर घेण्यासाठी वर्गात चालले होते. त्यांच्या पुढेच दोन मुलं चाललेली होती. चालता चालता मुलांचं अचानक ठरलं, की आता वर्गात नको जायला. लेक्चर बंक करावं. ठरताक्षणी दोघं एकदम मागे वळले. त्यांचे सर मागेच, अवघ्या काही पावलांवर होते. पण दोघंही जवळच असलेल्या वर्गाच्या दारामागे चक्क लपले. सरांना हे कळलं होतं, पण काहीही न बोलता ते सरळ वर्गात निघून गेले.

या प्रसंगात काय घडलं?

लपण्याची कृती कशी घडली?

याचं कारण मेंदूने योग्य पद्धतीचा निर्णय घेण्याआधीच भावनांनी त्यांचा ताबा घेतला.

इतर कोणत्याही वयात हे घडत नाही. मोठेपणी ऑफिसला दांडी मारण्याची इच्छा होते, पण बॉसच्या नजरेला पडू नये म्हणून लपून बसण्याचा हास्यास्पद प्रकार होत नाही.

एखाद्या प्रसंगात कसं वागायचं याचा सावध अंदाज प्रौढ व्यक्तीला, म्हणजे साधारणपणे वय वर्ष पंचवीसच्या पुढच्या व्यक्तीला आलेला असतो.

व्यवसाय करताना समोरच्या माणसाचा चेहरा वाचून त्या व्यक्तीला काय म्हणायचं आहे याची प्रौढ व्यक्तीला साधारणपणे जाणीव असते. नुसत्या प्राथमिक अंदाजावरून आता आपण पुढची प्रतिक्रिया काय द्यायची, हे ती ठरवू शकते.

तुझ्या मनात काय चाललंय ते मला कळतंय, असं एखादी आई किंवा बाबा म्हणू शकतात. मुला-मुलींच्या अस्वस्थ हालचालींमधून त्यांना काही तरी मागायचंय, हे आई-बाबांना कळू शकतं.

आता आई-बाबांचा मूड कसा आहे, त्यांच्याशी कशा प्रकारे बोलावं म्हणजे आपल्याला हवं ते मिळेल, असा अंदाज मुलंही बांधतात. त्यानुसार चेहऱ्यावरचे भाव बदलतात, आवाज बदलतो. शब्दांची निवड होते. हे मुलंही करतात. पण पाय जमिनीवर ठेवून योग्य निर्णय घेणं, ही क्षमता प्रौढ मेंदूच्या तुलनेत फारशी विकसित झालेली नसते.

याचं कारण म्हणजे समोरच्याशी कसं वागायचं याचा निर्णय मेंदूच्या ज्या भागात घेतला जातो तिथेच एक छोटीशी गंमत आहे. एरवी मेंदूच्या प्रत्येक भागाला विशिष्ट कामं नेमून दिलेली असतात. त्याप्रमाणे प्रत्येक अवयव आपलं काम चोख करतो. दुसऱ्याच्या कामात ढवळाढवळ करत नाही. दुसऱ्यानं जे निर्णय घ्यायचे असतात ते स्वत:च घेऊन मोकळं होत नाही. पण इथे टीनएजर्स आणि प्रौढ मेंदूची तुलना केली तर मात्र हे घडतं. हे समजलं ते एका प्रयोगातून. अमेरिकेतल्या मॅक्लीन हॉस्पिटलमध्ये न्यूरोसायकॉलॉजी आणि कॉग्निटिव्ह न्यूरो-इमेजिंगच्या डायरेक्टर डेबोरा युर्ग्लेम टॉड आणि त्यांच्या सहकाऱ्यांनी एक संशोधन केलं. टीनएजर्स जे काही निर्णय घेतात त्यात भावनांची भूमिका कशी असते, हे त्यांना पडताळून बघायचं होतं. या प्रयोगासाठी १० ते १६ या वयोगटातले १८ मुलं-मुली निवडले तसंच १६ प्रौढ व्यक्ती निवडल्या. अतिशय गुंतागुंतीच्या भावना दर्शवणारे काही क्लोजअप फोटो त्यांना दाखवले. यातल्या प्रत्येकाला हे फोटो दाखवले आणि विचारलं, की या फोटोतल्या व्यक्तीच्या चेहऱ्यावर कोणती भावना आहे ते सांगा.

सर्वांची उत्तरं तपासली तेव्हा असं दिसलं, की टीनएजर्सनी काही उत्तरं चुकीची दिली होती. उदाहरणार्थ, एका व्यक्तीच्या चेहऱ्यावर अचानक वाटलेली भीती किंवा शॉक होता, पण टीनएजरला ती व्यक्ती चिडलेली वाटली.

जेव्हा या व्यक्ती उत्तरं देत होत्या तेव्हा त्यांच्या मेंदूचं एफ एम आर आय पद्धतीने स्कॅनिंग चालू होतं. या स्कॅनिंगमध्ये शास्त्रज्ञांना असं दिसलं, की टीनएजर्स निर्णय घेत असतात तेव्हा अमिग्डाला हे केंद्र उद्दीपित होत असतं, तर प्रौढ व्यक्ती निर्णय घेत असते तेव्हा प्री-फ्रंटलचा वापर होत असतो. अमिग्डाला हे भावनांचं

केंद्र आहे, तर प्री-फ्रंटल कॉर्टेक्स हे अनेक गोष्टी लक्षात घेऊन निर्णय घेण्याचं काम करतं. उदाहरणार्थ, पूर्वी घडलेल्या, स्मरणात राहिलेल्या गोष्टी आठवणं, विश्लेषण करणं यांची केंद्रं आपापले निर्णय देत असतात. प्रौढांकडून घेतलेला निर्णय हा या सगळ्या बाजू लक्षात घेऊन केलेला असतो, तर अमिग्डालाकडून आलेला निर्णय हा केवळ भावनांच्या एका केंद्राकडून आलेला असतो.

दोन्ही निर्णयांत यामुळे फरक पडतो.

'मला आता सिनेमाला जायचंय. मी निघालेय/निघालोय.' हा टीनएजरचा निर्णय असतो. सिनेमाला जायचंय आणि मित्र-मैत्रिणी येणारेत, एवढं एकच कारण सिनेमा बघायला पुरेसं असतं. बाकी काही महत्त्वाचं नसतं.

पण जर प्रौढांना सिनेमाला जायचं असेल, तर ' सिनेमा कोणता? कलाकार कोण? दिग्दर्शक कोण? मल्टिप्लेक्सला एवढा खर्च करून तो बघायला पाहिजे का? आता वेळ आहे का? की या वेळात इतर काही कामं होतील?' अशा सर्व प्रश्नांची समाधानकारक उत्तरं मिळाली आणि ती पटली तरच प्रौढ माणूस अखेरीला सिनेमा बघायला निघतो. समजा, यातलं एखादं कारण जुळलं नाही तर सिनेमा सहजपणे रद्द होतो. दु:ख वगैरे काही होत नाही.

मात्र सिनेमा रद्दबिद्द होणं हे टीनएजरना सहनच होत नाही. ते चांगलंच आकांडतांडव करू शकतात. 'जायचं म्हणजे जायचंच', असं काहीसं असतं.. जणू काही सिनेमा बघितला नाही तर आयुष्यात मोठी उलथापालथ होणार आहे, असं त्यांना वाटत असतं.

आपण जे काही करतो ते सर्व योग्यच आहे, हेच नैसर्गिक आहे, असा एक जबरदस्त आत्मविश्वास त्यांना असतो. हा आत्मविश्वास अनाठायी असला तरी तो असतो हे खरं आहे. आपण जे करू ते इतरांनी चालवून घ्यायला हवं, असंही वाटत असतं.

'दिल चाहता है' सिनेमातला अशा अर्थाचा एक संवाद इथे आठवतो. या सिनेमात एका कॉलेजगोईंग तरुण मुलाला त्याची वयाने प्रौढ असलेली मैत्रीण विचारते, 'तुम्हारी जनरेशनको क्या लगता है.. सबकुछ चलता है..?'

हा 'सबकुछ चलता है' प्रकार या वयात फार चालतो.

म्हणूनच असं म्हणावंसं वाटतं, की व्यक्तिमत्त्व घडणीचं काम पूर्ण झालेलं नाही, काम अजून चालू आहे.

■

८ मैं ऐसा क्यूँ हूँ?

प्रसंग : १

घरातले सगळे एकत्र आहेत. मजा चालली आहे. टी.व्ही. चालू आहे, पण कोणाचं तिकडे फारसं लक्ष नाही आहे. घरात शेजारची किंवा नात्यातली लहान मुलं दंगा करताहेत. अचानक आपल्या घरातला टीनएजर उठतो आणि म्हणतो, "काय दंगा आहे हा? केवढ्या मोठमोठ्यांदा बोलताय तुम्ही सगळे!" असं म्हणून, सगळ्यांना पुरेसं बुचकळ्यात पाडून तो आत निघून जातो.

आत्तापर्यंत तर बरा होता की हा.. अचानक काय झालं याला, असा प्रश्न मनात येतो. पण तो विचारायचा कोणाला? ज्याला विचारायचा तो तर निघून गेलाय आतमध्ये. आत जाऊन त्याला आता विचारणं म्हणजे अवघड. तापलेल्या तव्यावर पाण्याचे थेंब शिंपडल्यासारखा तडतडायचा तो. त्यापेक्षा आत्ता काहीच न बोललेलं बरं. थोड्या वेळाने आपोआप शांत होऊन येईल बाहेर.

त्याला अचानक काही तरी होतं, पण तो थोड्या वेळाने शांत होतो, हे आता सगळ्यांनाच अनुभवाने कळलं होतं. त्यामुळे तो उठून गेल्यावर सगळ्यांनी आपापली मजा पुन्हा सुरू केली.

पण सुरुवातीला असं व्हायचं नाही. त्याची अचानक चिडचिड व्हायची. एकदम पारा वर चढायचा. नक्की काय बिनसलंय किंवा बिनसायला कारण काय घडलंय हे कोणालाच कळायचं नाही. स्वाभाविकच तो चिडला किंवा कोणाला तरी उलट बोलला तर त्याच्यावर आई किंवा बाबा चिडायचे, नाराज

व्हायचे. हा आपल्याला असं कसं उलटून बोलला, म्हणून मनाला खूप लागायचं त्यांच्या. आपला इतका सरळ, छान मुलगा असा वागतोय म्हणजे तो वाया गेला की काय हा, म्हणून ते अक्षरशः हवालदिल झाले होते. शिवाय तो बारावीत, म्हणजे कॉलेजचं वारं लागलेलं. याची संगत..? ड्रग्जबिग्ज..? इथपर्यंत पोचले होते विचार करत करत.

त्यांच्यासमोरचा प्रश्नच तसा मोठा होता. प्रश्न मोठा असला तरी उत्तर तसं सोपं आहे. कोणत्याही प्रश्नाच्या मुळापर्यंत पोचून शोध घेण्याची गरज असते. मात्र, नेमक्या अशा वेळी फार वरवरचे उपाय केले जातात. वागण्यात पटकन सुधारणा व्हावी असं वाटत असतं; पण नेहमीच असं होत नाही. थोडं थांबावं लागतं. खूप घाई करून उपयोग नसतो. कारण हा मनाचा व्यापार असतो. आपली टीनएजर मुलं मनाशीच झगडताहेत सध्या.. त्यांना खूप प्रश्न पडलेत. असे काही प्रश्न आपल्याला पडलेत याची कदाचित नीटशी जाणीवही नसते, पण आतून कसली तरी खळबळ माजलेली असते.

'मैं ऐसा क्यूँ हूँ?' हा प्रश्न प्रत्येकाला केव्हा ना केव्हा तरी पडतोच. तसे विचार मनाशी घोळण्याची सुरुवात ही या वयात होते. मी नक्की कसा आहे, मला काय आवडतं, मी एखादी गोष्ट नक्की कुठपर्यंत ताणू शकतो, कुठपर्यंत सहन करू शकतो, मी आयुष्यात काय करायचं आहे, इतरांसमोर कशी आहे इमेज... साऱ्या कुटुंबीयांच्या आणि मित्र-मैत्रिणींच्या गोतावळ्यात राहून प्रयत्न चालू असतो तो स्वतःला शोधण्याचा. अर्थात हे काही फार जाणीवपूर्वक चालू असतं असं नाही; पण मनात, अंतर्मनात, सुप्त मनात कुठे तरी 'मी'ला शोधणं, ओळखणं, identify करणं हे असतंच.

या उदाहरणात सुरुवातीला आई-बाबांनी खूप त्रास करून घेतला. याच्याशी नक्की कसं वागावं हेच त्यांना कळत नव्हतं. पण नंतर वागण्यामागचं कारण कळलं. ही त्याची तात्पुरती वागणूक आहे, एक phase आहे, हे लक्षात आलं. घरचं वातावरण शांत झालं. त्या मुलालाही आपली स्पेस मिळाली. आणि मुख्य

म्हणजे हा विश्वास, की आई-बाबांनी आपल्याला समजून घेतलं आहे. आपला त्यांना राग येत नाही.

या विश्वासामुळे त्यांचं घर शांत झालं.

प्रसंग २ :

काही मुला-मुलींच्या बाबतीत असं घडतं की त्यांना स्वत:मधलं काहीच आवडत नाही. अचानकच ते स्वत:ला आवडेनासे होतात.

तिला मैत्रिणीच्या वाढदिवसासाठी जायचं होतं. दोन बिल्डिंग्ज सोडल्या की मैत्रिणीचं घर येतं. नवा घेतलेला अनारकली घातला. केस आवरून, गळ्यात, कानांत घालून ती निघाली. चप्पल घातली. पुन्हा काढली. आत जाऊन तिने स्वत:ला आरशात बघितलं. शीः असा उद्‌गार काढून घाईघाईने ड्रेस बदलला. जीन्स, टी शर्ट घालून ती तयार झाली.

सगळे बघत राहिले... काय झालं हिला?

टीनएजर मुला-मुलींना जर धाकटं भावंडं असेल, ते बरंच लहान असेल,

तिची ओळख

हे एक वेगळंच रूप आहे तिचं..
कधी मोठी झाली ही?
काल तर एवढीशी होती.. अंगठ्याएवढी !
आणि आज मला सुनावतेय, चुका काढतेय माझ्या.
कसं वागायचंय हे सांगतेय मला– तिच्या बापाला!
तिचं न ऐकून मीही सांगतो कोणाला?
बरोबरच आहे ते..
नव्या विचारांनी चालायला हवं..
स्वत:ची ओळख घडवतेय ती..
तिच्या या नव्या रूपाशी जुळवून घ्यायला हवं..
बाबा म्हणून नव्यानं घडायला हवं.

तर हे मूल आपला सगळा राग त्याच्यावर काढतं. त्याला धपाटे घालतं. त्याला टाळायचा प्रयत्न करतं. ते सारखंसारखं त्याच्याजवळ मुळीच नको असतं. त्याचं साधं बोलणं, प्रेम दाखवण्याच्या वेगवेगळ्या पद्धतीही त्याला नकोशी लुडबूड वाटते.

प्रसंग : ३

"आई, आत्ता माझे मित्र-मैत्रिणी येणार आहेत. याला सांग, की खेळणी घेऊन तिथे यायचं नाही आणि पडद्यामागून डोकवायचं नाही. खाणाखुणा तर अज्जिबात करायच्या नाहीत."

'मी का घरी बोलवतेय त्यांना? त्यापेक्षा बाहेरच बोलावलं असतं तर बरं झालं असतं. मला किती सहन करावं लागतं या घरात! एक गोष्ट माझ्या मनासारखी होत नाही इथे...' अशी स्वगतं अधूनमधून चालूच असतात.

जर ही भावंडंसुद्धा टीनएजर असतील तर मग काही विचारायलाच नको. एक तर त्याच्याशी भांडायचं, पण आत्यंतिक गरजेच्या वेळेला आई-बाबांपेक्षा तो/तीच समजून घेईल, निदान आई-बाबांना जे अजिबातच समजत नाही ते याला/हिला तरी समजेल, हे मनातून नक्की माहीत असतं.

"ए, काय झालं?"
"तुला काय करायचंय? आपली कामं कर!"
"नको सांगूस, पण मला माहीतेय!"
"काय माहीतेय?"
"सगळं!"
"सगळं काय?"
"व्हॉट्सॅपवरचं डिलटायच्या आधीच वाचलंय मी.."
"गप ए!"
"ओऽऽक्के ! गप तर गप! मला क्काय!"

यानंतर सुरू होतं ते मनात अजिबात नसताना मस्का लावण्याचा मोठा कार्यक्रम.

टीनएजमधल्या भावंडांचं वर्णन करायचं, तर 'असून अडचण, नसून खोळंबा' असंच करावं लागेल.

स्वत:च्या मित्र-मैत्रिणींसमोर तर आपली हक्काची आणि तितकीच प्रिय भावंडं नकोच असतात. त्या भावंडांपेक्षा आपण खूपच ग्रेट आहोत, यावर त्यांचा पूर्ण विश्वास असतो. साहजिकच त्या भावंडांतले फक्त दोषच दिसतात. त्यामुळे सतत घरात 'तू तू मैं मैं' चंच वातावरण असतं. त्यांची भांडणं कधी थांबणार, हा प्रश्न आई-बाबांना सतावत राहतो.

आई-बाबांच्या हातात या सगळ्याकडे हताश होऊन बघण्याशिवाय काही उरतच नाही. मुलांच्या लहानपणचे उपाय वापरून बघितले जातात; पण ते आता उपयोगी ठरत नाहीत. त्यांचा उलट परिणाम होतो. वास्तविक या वयात यांचं वागणं अनाकलनीय वाटू शकतं. त्याच्यामागची कारणं समजून घेतली तर ते आपल्याच सोयीचं आहे. कारण हा असा का वागतोय हे लक्षात येऊन उगाचच वादावादी होत राहते ती टळेल.

■

९ अंदाज क्यों हो पुराना?

पेन, पेन्सिल, नवी स्कूलबॅग, नवी खेळणी यात आतापर्यंत मूल रमत होतं; पण बारावं सरलं की आपोआप आरसा आणि कंगवा या दोन वस्तूंमध्ये मन रमायला लागतं. शाळा सोडल्यानंतर तर या वस्तूंत बरीच भर पडते. एकदा का दहावीची शाळा संपली, की निकाल लागेपर्यंतच्या काळात मुला-मुलींच्या दिसण्यात अक्षरश: आमूलाग्र बदल झालेला असतो. काय केलं तर आपण जास्तीत जास्त छान दिसू, हा जगातला एकमेव महत्त्वाचा प्रश्न आहे, असं त्यांच्या वागण्यावरून वाटतं.

आज टीनएजमध्ये असणाऱ्या मुला-मुलींच्या पालकांचं टीनएज ही काही फार जुनी गोष्ट नाही. त्यामुळे त्यांना स्वत:चे कोवळे आणि झोपाळ्यावाचून झुलायचे दिवस चांगलेच आठवत असतील. आपल्यालाही या वयात आरसा आणि कंगवा या गोष्टी प्रिय होत्या. त्याबरोबरच पावडर, त्या वेळी नुकत्याच हाताळायला मिळायला लागलेल्या छान वासाच्या पावडरी, क्रीम, शाम्पू यांचं आकर्षण होतं. कॉलेजमध्ये गेल्यावर या सगळ्याबरोबर नेलपेंट, सिनेमातल्या लोकांसारखे ड्रेस हवेसे वाटायचे. 'क्यूएस्क्यूटी'तले त्याच्यासारखे शर्ट्स, गॉगल्स आणि तिच्यासारखा घागरा आपल्याकडे असावा असं वाटायचं. 'एमपीके'मधला 'कबूतर जा' गाण्यातला ड्रेस तर त्या काळातल्या टीनएजर मुलींनी युनिफॉर्मसारखा घातला. कित्येकींना तो अजिबात चांगला दिसायचा नाही– तरीही. पण तरीही हीरो-हिरॉइनसारखं करण्यात धन्यता वाटायची.

हेच पिढ्यान्‌पिढ्या घडत आलेलं आहे. आपल्या आई-बाबांनीदेखील देव आनंदपासून धर्मेंद्रपर्यंत आणि आशा पारेखपासून ते रेखापर्यंत सगळ्यांची कॉपी केलेली आहे. त्यामुळे आज आपली मुलं (आपल्याला भयानक वाटतील अशा) कोणाचीही आणि कसलीही कॉपी करू शकतात. ज्याची किंवा जिची क्रेझ आहे अशांच्या फॅशनची ही सही सही नक्कल असणार. आपल्याला हे सगळं कितीही पोरकट वाटलं, तरी त्यांना ही 'झिंग थिंग' वाटते.

मुलींचं असं, तर मुलांचंही काही वेगळं नसतं. तेही आपापल्या परीने काही वेगळं करायच्या प्रयत्नात असतात. गेल्या काही वर्षांपर्यंत छान दिसावंसं वाटणं, त्यासाठी सौंदर्यप्रसाधनं वापरणं हा मुलींचा प्रांत समजला जायचा. पण आता मुलग्यांमधल्या सौंदर्यवृत्तीही जाग्या होऊ लागल्यात, किंवा त्या आता उजेडात येऊ लागल्यात. फक्त मुलींनाच नाही, तर मुलांनाही आकर्षक दिसावंसं वाटतं, यावर आता शिक्कामोर्तब झालं आहे. मुलांना अगदी बाराव्या वर्षी कदाचित वाटणार नाही, पण पंधरा-सोळाव्या वर्षी नक्कीच वाटेल.

जाहिरातींवर नजर टाकली तर टीनएजर मुलांसाठी बाजारात कित्येक वस्तू उपलब्ध आहेत. यात चेहऱ्याला लावण्याची क्रीम्स, केसांसाठी जेल्स इथपासून बेल्ट्स, बॅन्ड्स आणि अशीच भरपूर व्हरायटी उपलब्ध असते. शिवाय एकच क्रेझ काही कायम टिकत नाही. खरं तर क्रेझ ही टिकण्यासाठी नसतेच. त्यामुळे सतत या गोष्टी बदलत असतात.

व्यक्तिमत्त्व खुलवायचं, किंवा खरं तर 'पर्सनॅलिटी' (कारण व्यक्तिमत्त्व हा शब्द वापरला की त्याबरोबर धाडस, प्रसंगावधान, वाचन, विविध भाषांची माहिती अशा गोष्टी येतात. ती इथे अभिप्रेत नसते. त्यामुळे 'पर्सनॅलिटी') खुलवायची असेल तर गॅझेट्सची जोड हवीच. त्याशिवाय कुछ बनता नही बॉस! यात चांगली-नवीन गाडी, लेटेस्ट मोबाइल, आवश्यक डिजिटल घड्याळ वगैरे हवंच.

अशा प्रकारे...

जेल लावून लेटेस्ट हेअरकटपासून विविध गॅझेट्स अंगा-खांद्यावर बाळगलेला, भारी शूज घातलेला मुलगा आणि हिरॉइनसारखा हेअरकट केलेली, नुकतीच ब्युटीपार्लरला

भेट देऊन आलीये अशी नखा-ओठांच्या सौंदर्यासह कलरफुल सॅन्डल्स घातलेली मुलगी हे टीनएजरचं लक्षणच आहे. इतकं 'सजधजके' हे कुठे चाललेत तरी कुठे, असा प्रश्न पालकांना पडतो. एक वेळ हे ठीक आहे पण फाटक्या पँट्स, छोट्या नाड्यांचे टी-शर्ट्स, शॉर्टेस्ट शॉर्ट्स, जाळीजाळीचे टॉप्स असंही काहीही फॅशनच्या नावाखाली मुलींनी घालायला सुरुवात केली, की आई-बाबांना टेन्शन येणं अत्यंत स्वाभाविक आहे.

पण या बाबतीत पालक फार काही करू शकतील असं वाटत नाही. या गोष्टीला घरातून जितका विरोध होईल तितकं या फॅशनच्या आहारी जाण्याची शक्यता जास्त.

काही संवाद :

- *'असे अंग उघडे टाकणारे कपडे घालू नकोस !'*
- *'आपण काय घालतो ते आपल्याला शोभलं पाहिजे! उगाच काही घालायचं म्हणजे काय!'*
- *'असले कपडे घालायचे असतील तर होस्टेलवर जाऊन राहा, घरात नको!'*

असल्या वाक्यांची मात्रा चालत नाही. उलट,

- *'कॉलेजमध्ये येऊन बघ, सगळे असेच कपडे घालतात',*

हे ऐकावं लागतं. काहीजणांची हौस मात्र एक-दोनदा असे कपडे घालून झाल्यावर फिटते. पण मग ग्रुपच्या मागणीनुसार आणि घरात जे काही चालतं त्यानुसार मध्यममार्ग निवडला जातो. त्यामुळेच विरोध करण्याच्या ऐवजी नापसंती दर्शवावी, पण शक्यतो सुतावरून स्वर्ग गाठू नये. शांतपणा राखावा. कारण फॅशन आपोआप जशी उगवते तशी विरतेही. आपल्याला काहीच करावं लागत नाही. एकच धोका आहे, तो म्हणजे ही फॅशन संपल्यावर दुसरी फॅशन यापेक्षा सुसह्य असेल की नाही! हे मात्र सांगता येणार नाही.

क्या खा रहे हो ?

खाण्याचाही अंदाज बदलतो. खाणं आणि खेळणं यावर शरीर अवलंबून असतं. त्यावरच विचारही अवलंबून असतात. पण नेमकं या दोन ठिकाणी सर्वांचंच चांगलंच चुकतं आहे.

भरपूर मैदानी खेळ, दमवणारी शारीरिक हालचाल कमी झाली आहे. शहरी भागात शाळेत व कॉलेजमध्ये चालत जाण्याचं प्रमाण कमी आहे. एकूणच, सर्व प्रकारची हालचाल कमी झाली आहे. मोठ्या माणसांप्रमाणे मुलांचीही जीवनशैली बैठी झाली आहे. टी.व्ही., कॉम्प्युटरसमोर बसणं हेच मुख्य काम, असं ठरून गेलं आहे. यातच फास्टफूडची भर पडल्यामुळे 'काऊच पोटॅटो' घरोघरी दिसतात. सोफ्यावर बसून वेफर्स खात टी.व्ही. बघून जाड झालेले म्हणजेच 'काऊच पोटॅटोज'. तर दुसरीकडे मुला-मुलींमध्ये शाळेपासूनच झीरो फिगरचा हव्यास वाढतोय. बारीक दिसण्याच्या नादात सत्त्वयुक्त खाणं पोटात जात नाही.

पोह्यांपेक्षा पिझ्झा, पराठ्यांऐवजी नूडल्स आले की जे होणार तेच व्हायला लागलं आहे. मुलं एक तर अति जाड होताहेत, नाही तर अतिशय कुपोषित व्हायला लागली आहेत.

आपण काय खायचं, आपण व्यायाम करायचा की नाही, खेळायला जायचं की नाही, हा सगळा सवयीचा भाग आहे. या सवयी लावण्याचं काम मेंदू करत असतो. एखादी कृती किंवा एखादा विचार महत्त्वाचा वाटला, तो लक्षात ठेवण्याची गरज मेंदूला वाटली तरच तो लक्षात ठेवतो. व्यायाम केला नाही तरी चालेल, मैदानावर खेळायला गेलं नाही तरी चालेल, तासन्‌तास टी.व्ही. बघितला तरी चालेल, नुसते वेफर्स खाल्ले तरी चालतील, अशी आपणच मेंदूला हळूहळू सवय लावत

असतो. मुलांना लहानपणापासून खाण्याच्या विशिष्ट सवयी लागलेल्या असतात. चीज, बटर, ब्रेड, बिस्किटं, कुकीज, तयार ज्यूस, पिझ्झा असे पदार्थ लहानपणापासून खाऊन त्यांचीच सवय लागते. कारण 'हेच खायचं असतं' हे मेंदूने स्वीकारलेलं आहे.

अमुक एक गोष्ट नाही केली तरी चालेल, हे मनाने घेतलं की मेंदू त्याची अंमलबजावणी करतो. हेच उलटं वागलं तर मेंदू ते नीट लक्षात ठेवतो. मला पहाटे अमुक वाजता उठायचंय, संध्याकाळी पाच वाजता खेळायला जायचंय, जायचंय म्हणजे जायचंच आहे, हे मेंदूला ठामपणे सांगितलं की तो लक्षात ठेवतो आणि त्यानुसार वागतो.

हे कुठल्याही सवयींच्या बाबतीत घडत असतं. खाणं आणि व्यायामाची सवयही त्यातलीच. 'निर्धारा'पेक्षाही मेंदूला केलेल्या सोप्या पण ठाम सूचना सवयी लावण्याचं काम करत असतात. मात्र, या सवयी लावणं सर्वस्वी आपल्याच हातात असतं. दुसरा कोणी सांगतो म्हणून आपण ती गोष्ट करतो; पण तेवढ्यापुरतंच. ती सवय अंगात मुरतेच असं काही सांगता येत नाही. दुसऱ्याने सांगितली आणि आपल्याला पटली, तरच ती गोष्ट कायमस्वरूपी स्मरणात जाते.

■

(१०) वेड्या साहसाचं वेडं वय

जन्मल्यापासून आयुष्याच्या अंतापर्यंत माणूस एवढा साहसी कधीच नसतो, जेवढा तो त्याच्या टीनएजमध्ये असतो.

अचानक उठायचं, काहीही अचाट ठरवायचं आणि ते करायचं. यामध्ये सिनेमाला जाणं, फिरायला जाणं इथपासून ते दुसऱ्या गावाला जाणं, अचानक एखाद्या कोर्समध्ये नाव घालणं इथपर्यंत काहीही असू शकतं. एखाद्याला टार्गेट करून त्रास देणं हे सुद्धा.

यापेक्षाही कित्येक भयानक प्रकार या वयातली मुलं करत असतात.

तुम्हाला 'गुलाम' सिनेमा माहीत असेल. त्यात कॉलेजमधली काही मुलं एक वेगळाच खेळ खेळत असतात. समोरून रेल्वे आली की रुळांवरून तिच्या दिशेने धावत सुटायचं आणि अगदी काही सेकंद आधी रुळांवरून बाजूला व्हायचं. या खेळात काय आहे?

तर जिवावरचा धोका पत्करून त्यातून सहीसलामत सुटण्याची झिंग!

हे उदाहरण तर सिनेमातलं आहे. मात्र, प्रत्यक्षदेखील अशा किती तरी गोष्टी घडत असतात.

सिग्नल तोडून भरधाव वेगात गाडी दामटणं, गाड्या उडवण्यासारखे प्रकार करणं; गडावर, डोंगरावरच्या कड्यावर जाऊन वेगवेगळ्या हरकती करणं, अशा काही गोष्टी– ज्यामुळे बघणाऱ्याच्या पोटात गोळा येईल. पण ही मुलं मात्र बेफिकिरीचा

आव आणून आपली कृत्यं चालूच ठेवतील.

- *शाळेतल्या काही मुलांनी कार चालवायला घेतली. अपघात झाला आणि त्यात काहीजण दगावले.*
- *पूर बघायला गेलेले दगडावर उभे राहून पाणी बघत असताना प्रवाहाबरोबर वाहून गेले.*
- *रेल्वेच्या टपावरून चालत असताना वरच्या तारेचा धक्का लागून सहलीला गेलेल्या मुलाचा मृत्यू.*
- *रेव्ह पार्टी करत असताना मुला-मुलींना पकडलं.*
- *अमेरिकेत एका शालेय मुलाने गोळीबार केला.*

या घटना काय सांगतात, तर टीनएजर मुलांची अपरिपक्वता दाखवतात. टीनएजपेक्षा लहान वयातली मुलं असं वागणार नाहीत. आणि वयाने मोठी माणसंही अशी वागणार नाहीत. मोठ्या माणसांकडून असं वर्तन कधी होतं? जर ते दारूच्या आहारी गेले असतील, ड्रग्ज घेत असतील किंवा आत्यंतिक निराशेच्या गर्तेत असतील, मानसिक-भावनिक असंतुलन झालं असेल तर हे घडतं. पण मज्जा म्हणून, थ्रिल म्हणून इतर वयांच्या माणसांकडून सहसा हे होत नाही. कारण हे वय साहस अंगावर घेण्याचं असतं.

'यहाँके हम सिकंदर, चाहे तो रख ले सबको अपनी जेबके अंदर,' अशी ही मनोवृत्ती असते. स्वत:ला सिकंदर समजण्याच्या नादात आपण आपल्या आणि इतरांच्या जिवाशी खेळतोय, याचंही भान राहत नाही. साहस असावं, थ्रिलही असावं पण त्यात वेडेपणा नसावा, हे यांना कुणी सांगावं? त्यात काय होतंय, असाच दृष्टिकोन ही मुलं ठेवतात. समोर खड्डा दिसतोय, पण त्या खड्ड्यात जाऊन बघायचंय काय होतंय ते, असं याच वयात मुलं म्हणतात. कॉलेजमध्ये, मित्रांमुळे हे धोके जास्त हवेहवेसे वाटतात. धोका आहे असं सांगताय का, मग करून बघायलाच हवं, अशी वृत्ती निर्माण होते. ही वृत्ती पालकांनी समजून घ्यावी. आपण नेहमी त्यांना उपदेश करतो; पण एकदा एकमेकांसमोर बसून अतिशय शांतपणे हे मुद्दे त्यांच्या कानावर घालायला हरकत नाही. कदाचित धाडस करण्याआधी त्यांचं मन कुठे तरी विचार करेल.

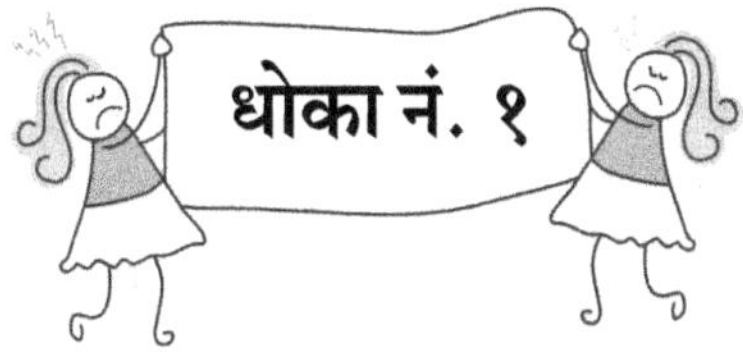

या पोरांना अचानक कुठे तरी फिरायला लांब जावंसं वाटतं. त्यात त्यांना कोणाचीही आडकाठी नको असते. असं बाहेर गेल्यावर तर अंगातली रग जास्तच बाहेर येते. काय करू आणि काय नको, असं होतं. सहल म्हटलं की उत्साह अंगात शिरतोच. तो असावाच, पण उन्माद नसावा. यातला फरक केव्हा तरी मुला-मुलींना सांगायला हवा.

कारण उत्साह ओसंडून वाहायला लागला की त्यातूनच बरेच प्रश्न निर्माण होतात. मुलं फिरायला जातात तेव्हा त्या त्या ठिकाणी वागण्याचे काही नियम असतात. ते नियम त्या त्या ठिकाणी लिहिलेले असतात. एखाद्या ऐतिहासिक ठिकाणी पाळायचे नियम वेगळे, समुद्रावर पाळायचे नियम वेगळे, जंगलात पाळायचे नियम वेगळे, रात्रीची वेळ असेल तर ते नियम वेगळे, गाडी चालवण्याचे नियम तर वेगळेच- अशा प्रकारे विविध नियम पाळले तर आपली सहल धोक्याची न होता आनंदाची होते. पण हे पडले 'खतरों' के खिलाडी!

समुद्राचा धोका भरती-ओहोटीच्या वेळानुसार बदलत असतो. कितीही हीरोगिरी करायची असेल तरी पुरात उड्या टाकणं धोक्याचंच. उंच गडावर जायचं तर खरं, पण तिथल्या निसरड्या कठड्यांवरून चालायलाच हवं का? धुक्यामध्ये गड छानच दिसतो, पण अशा वेळी कठड्यांवरून चालणं म्हणजे अपघातांना आमंत्रण. या गोष्टी टाळण्याच्या सूचना द्यायलाच हव्यात.

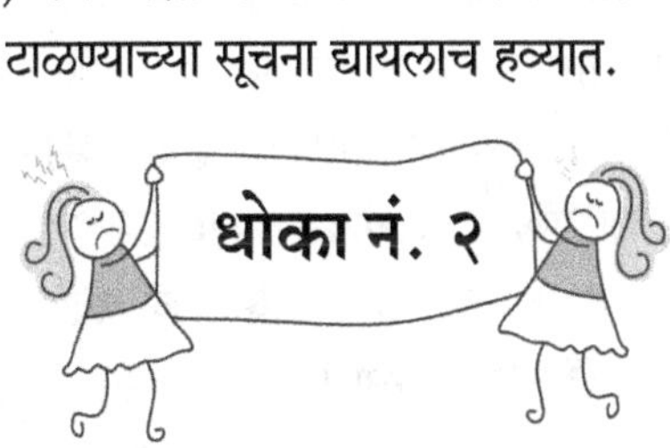

अगदी सातवी-आठवीतल्या मुलांनासुद्धा गाडी चालवण्याचा मोह पडतो. टू व्हीलर तर चालवायची असतेच. पण काही मुलं कारदेखील

मागतात. आई-बाबा अतिशय कौतुकाने त्यांना या गाड्या चालवायला शिकवतात. एकदा गाडी यायला लागली की ती रस्त्यावर चालवायचा मोह होतोच. मग आई-बाबांच्या कळत किवा नकळत मुलं गाडीच्या किल्ल्या घेऊन पसार होतात. पोलीस अशा मुलांना पकडतात हे खरं; पण नेहमीच पोलिसांचं लक्ष असेल असं नाही. मुलांच्या गाडी चालवण्यावरूनच कळतं की ही मुलं नवखी आहेत. शिवाय जोडीला उन्माद असतोच. सिनेमात दाखवल्याप्रमाणे गाडी पळवण्याची भयंकर इच्छा त्यांना असते. एक-दोनदा अशी गाडी चालवून बघितली की भीड चेपते, उत्साह वाढतो. त्याबरोबर धोकाही वाढतो. नुसता त्यांच्यासाठीच हा धोका नसतो, तर रस्त्यावर उतरल्यामुळे अनेकांच्या जिवाला धोका निर्माण होतो. दहावीच्या मुलांनी कार चालवायला घेतली आणि त्यामुळे अपघात झाला, अशा काही घटना घडल्या आहेत. प्रत्येक घटनेची नोंद होतेच असं नाही. कित्येक अपघात वर्तमानपत्रांतून आपल्याला कळतही नाहीत.

गाडी चालवायला येणं आणि रस्त्यावर वाहतुकीच्या वेळी गाडी चालवणं यात बराच फरक आहे. गाडी चालवणं या वयात जमतं, हे आपल्याला माहीत आहे. कारण त्यात फक्त गाडीचा आणि स्वतःचा समतोल साधायचा असतो. जी मुलं सायकल चालवतात त्यांच्यासाठी तर हे सोपंच असतं. मात्र, वाहतुकीच्या वेळी गाडी चालवताना फक्त आपलीच गाडी रस्त्यावर नसते, इतरही अनेक गाड्या असतात. त्यामुळे इतर गाड्यांपासून आपल्या गाडीचं अंतर, इतर गाड्यांचा वेग, सर्व बाजूंनी येणाऱ्या गाड्या आणि चालणाऱ्या माणसांच्या दिशा, सिग्नल्स, अचानक थांबणारी-वळणारी माणसं, अशा बऱ्याच गोष्टींकडे लक्ष द्यावं लागतं. एकाच वेळी अंतर, वेग, दिशा आणि अचानक घडणाऱ्या गोष्टी यावर नियंत्रण ठेवणं ही सोपी गोष्ट नसते. यातून अपघाताच्या शक्यता वाढतात. आपल्या देशातल्या लोकांच्या वाहतुकीच्या सवयींचादेखील विचार करायला हवा. बसपासून सायकलपर्यंत विविध प्रकारच्या गाड्या एकाच रस्त्यावर आपापल्या गतीने धावत असतात. लेनची शिस्त पाळणं हे आपल्याला कधी शिकवलेलं नाही. रिक्षा आणि सिक्स सीटर्स रिक्षा स्वतःच्या स्वतंत्र नियमांप्रमाणे धावत असतात. चालणारे लोक जीव मुठीत धरून रस्ता ओलांडतात. लहान मुलं केव्हाही मध्ये येऊ शकतात. सिग्नल लागल्यावरसुद्धा कोण कधी सुसाट येईल, ते सांगता येत नाही. अशा वातावरणात रस्त्यावर गाडी चालवायला वयाची एक 'मॅच्युरिटी' यावीच लागते. 'हा चालवतो,

मग मी का नाही?' अशा प्रश्नांना काहीच अर्थ नाही. हे मुलांना आपणच समजावून सांगायला हवं.

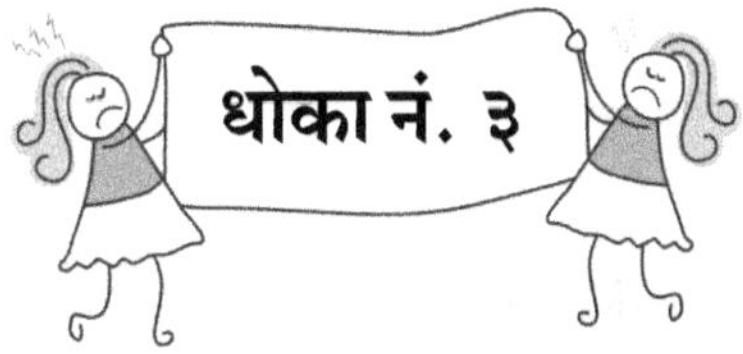

आपल्या महाराष्ट्रात, विशेषतः पुण्यात व्याख्यानमालांची परंपरा आहे. विविध विषयांवरची ही व्याख्यानं समाजमन घडवण्याचं काम करतात. या व्याख्यानमालांना पूर्वी तरुणांची गर्दी असायची. पुण्याची, महाराष्ट्राची पुरोगामी म्हणून ओळख आहे. इथे जागरूकता असते, याचं बरंचसं श्रेय या व्याख्यानांना द्यायला हवं.

या तुलनेत आज विचारवंतांच्या भाषणांपेक्षा नेत्यांच्या भाषणांची चलती आहे. टीनएजर्स सध्या फारसे भाषणांना वगैरे जात नाहीत. पण काही नेते या वयाच्या मुलांना भुरळ घालू शकतात. एखाद्या नेत्याचं घणाघाती भाषण ऐकून मुलं एकदम प्रभावाखाली वगैरे येऊ शकतात. हे नेतृत्त्व योग्य मार्गावरून चालायला सांगणारं, विधायक असेल तर ठीक, अन्यथा आयुष्याला विघातक वळण लागू शकतं. अशा भारावलेल्या मुलांचा वापर केला जातो. एखाद्या पक्षाच्या, संघटनेच्या नावाखाली समाजाला घातक असे प्रकार मुलांकडून घडू शकतात. मुळात या वयात धाडसी कृत्यं करण्याची भयंकर खुमखुमी असल्यामुळे हे सहजपणे घडतं.

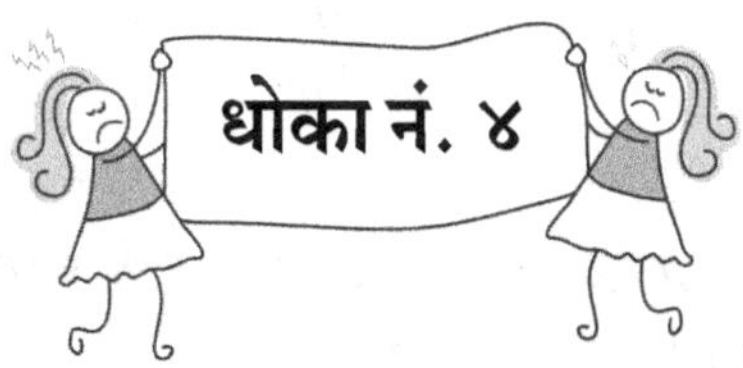

एखाद्या व्यक्तीचा प्रभाव पडण्याचंही हे वय असतं. प्रत्येकाला एक 'आदर्श' हवा असतो. हा आदर्श खरोखरच विधायक आदर्श असेल तर ठीक, नसला तर सगळी समीकरणं बदलू शकतात. 'रंगे'सारख्या सिनेमात एखाद्या भाईचं आकर्षण मेडिकलच्या हुशार मुलाला वाटू शकतं. 'माचिस', 'कुर्बान', 'मिशन काश्मीर' अशा सिनेमांतून वेळोवेळी हा विषय हाताळलेला आहे.

पूर्वी कधीही नव्हती इतकी प्रलोभनं, इतके मोह आणि पाय घसरण्याच्या संधी आजच्या मुलांसमोर आहेत. हे मोह कधी चुकीच्या व्यक्तींच्या स्वरूपात, कधी व्यसनांच्या स्वरूपात तर कधी वाईट संगतीच्या रूपात त्यांच्या अवतीभवती वावरत असतात. त्यांच्या जाळ्यात मुलं कधी अडकतात हे त्यांचं त्यांनादेखील कळत नाही.

मुलांची सामाजिक जडणघडण ही बरीचशी त्यांच्या मित्रगटावर अवलंबून असते, असं म्हटलं तरी चालेल. रोज गंमत म्हणून भेटणारी कट्ट्यावरची मुलं गंमत म्हणूनच एखाद्या गणपती मंडळाचे 'कार्यकर्ते' होतात. फ्लेक्सवर चमकतात. सुरुवातीला या कामातून निखळ मजा येत असते. तसं हे काम सांस्कृतिक स्वरूपाचं म्हणून ओळखलं जातं. पुढे हे काम तितकंच मर्यादित राहील असं नाही. या मित्रगटाला इतरही काही कामं करावी लागतात, न पटणाऱ्या गोष्टी कराव्या लागतात. आई-बाबांचा या कामांना विरोध असणार आहे, हे माहीत असूनही हे 'करावं' लागतं. यातून कधी वाईट स्वरूपाच्या ओळखी होतात. त्या टिकवल्या जातात. या वयात प्रत्येक गोष्ट स्वतः करून बघायची इच्छा असते. इतर कोणाची फिकीर नसते. ही बेफिकिरीच त्यांच्या वागण्यात-बोलण्यात-चालण्यात-विचार करण्यात-लहानमोठे निर्णय घेण्यात दिसून येते.

या वयात 'दोस्ती' या शब्दाला इतकं अतोनात महत्त्व येतं की त्यात सारासार विचारशक्ती जणू काही वाहूनच जाते. मैत्री आहे म्हणून अमुक करायचं, मैत्री आहे म्हणून तमुक करायचं, अशा शपथा घातल्या, घेतल्या जातात. मैत्रीचा मोह वाटणं ही नैसर्गिक इच्छा आहे, परंतु बेभान होण्यामुळे सगळा आनंद आणि उत्साह क्षणात संपतो. एका चुकीच्या पावलातून पुढचं पाऊल चुकीचंच पडणार आहे, हे त्या वेळी लक्षातच येत नाही. काहीजण यातून वेगवेगळ्या व्यसनांच्या आहारी जातात. या गोष्टी आई-बाबांच्या नकळत चालू असतात. त्यामुळे व्यसन वाढत राहतं. केव्हा तरी नवीन व्यसनं सुरू होतात. खर्चासाठी दिलेले पैसे पुरत नाहीत. आपण चुकीच्या मार्गावर आहोत हे कळत असतं. पण सगळे एकसारखेच मित्र एकत्र जमलेले असतात.

अशा कंपूत सामील न होण्यासाठी मुलांच्या विचारांचा पाया भक्कम असावा लागतो. शाळेत असेपर्यंत अतिशय 'नीट' असणारी मुलं कॉलेजमध्ये जाऊन एकदमच वाईट मार्गाला लागली आहेत, अशा अनेक केसेस सध्या घडत आहेत. यांच्या घरची पार्श्वभूमीदेखील चांगली असते; पण संगत योग्य नसेल तर मुलं फार चटकन व्यसनाकडे वळतात, असं सध्याचं वातावरण आहे.

जेव्हा आपण एकटे असतो तेव्हा भलतं धाडस करायला जात नाही. एक प्रकारची भीती मनात असते. पण जेव्हा चार-पाच मित्र किंवा मैत्रिणी सोबत असतात तेव्हा धाडसाची भावना अचानक वाढते. अशा परिस्थितीत मग घरचे संस्कार कितीही चांगले असोत, मुलं उलट्या दिशेला लागलेली असतात. त्यांच्यातल्या एखाद्याने किंवा एखादीने त्यांना थांबवायचा प्रयत्न केला तर कदाचित ते थांबतीलही, मात्र त्याला विचारशक्तीची साथ हवी.

जशी आपण ही उदाहरणं बघितली, तशीच काही विधायक उदाहरणं पण अर्थातच आहेत. सामाजिक काम करणं, एखाद्या समारंभाची संपूर्ण जबाबदारी घेणं आणि ते काम पूर्ण करून दाखवणं, गिर्यारोहणासाठी इतर मुला-मुलींना घेऊन जाणं यात टीनएजर अग्रेसर असतात. स्वतःचा अभ्यास किंवा टाइमपासची अन्य साधनं मागे टाकून मुलांनी टेकडीचा परिसर स्वच्छ केला, अभ्यास सांभाळून वस्तीतल्या मुलांना शिकवलं, अशी कामंही मुलं करतात.

जगातल्या एकूण घडामोडींकडे लक्ष दिलं तरी हे लक्षात येईल की महत्त्वाची कामं तरुणाईकडून झालेली आहेत. ज्ञानेश्वरांनी ज्ञानेश्वरी लिहिली तेव्हा त्यांचं वय सोळा होतं. शिवाजी महाराजांनी मराठी साम्राज्याचं स्वप्न पाहून ते प्रत्यक्षात उतरवायला सुरुवात केली तेव्हा ते सोळा-सतराचे होते. महात्मा फुले यांनी भिडे वाड्यात मुलींची पहिली शाळा सुरू केली तेव्हा ते फक्त अठरा वर्षांचे होते.

हे वय साहस करण्याचंच असतं. मुलं-मुली या वयात साहस करणारच आहेत. पण हे साहस विधायक असावं, विघातक नसावं, ही जाणीव मुलांमध्ये निर्माण झाली पाहिजे. ती कशी होईल? तर ती घरातलं वातावरण, शाळेने दिलेले अभ्यासेतर अनुभव, अवांतर वाचन यामुळेच शक्य होईल.

■

११ जेब के अंदर

इंग्लिशमधलं एक प्रसिद्ध वाक्य आहे, 'शो मी युवर फ्रेंड्स, अँड आय विल टेल यू हू यू आर.' म्हणजे मला तुमचे मित्र कोण आहेत ते दाखवा, आणि त्यावरून तुम्ही कसे आहात हे मी सांगू शकेन. कारण समान गुणधर्माची माणसं नेहमी एकत्र येतात. जसे, कलेवर प्रेम करणारे एकत्र येतात, तसे फिरायला आवडणारे मित्र एकत्र येतात. काही अभ्यासू एकत्र येऊन गट बनवतात. एकसारखी आवड असेल तर मैत्री जुळते. अशा गटात नेहमीच उत्साही वाटतं. एकमेकांकडून खूप काही शिकण्यासारखं असतं.

मुलं मित्रमंडळींमध्ये सतत रमतात; पण सगळ्याच मुलांना त्यांचे छंद, आवड-निवड पूर्णपणे कळलेली असते असं नाही. त्यामुळे त्यांना आपण इतरांसारखं वागावं असं वाटतं. त्यांच्यासारखंच दिसावं असं वाटतं, आपण त्यांच्यापेक्षा वेगळ्या पद्धतीने वागलो, वेगळे विचार मांडले तर गटातून बाहेर पडण्याची भीती वाटते. त्यापेक्षा मित्र/मैत्रिणी म्हणतील ते करणं सोपं जातं.

कोणाला खेळाची किंवा कोणाला नाटकाची आवड असते. पण आपल्या मित्र-मैत्रिणींपैकी कोणालाच ही आवड नसेल, उलट असल्या गोष्टी करणं म्हणजे वेळ वाया घालवणं असं त्यांना वाटत असेल तर काहीजण मित्र-मैत्रिणींपायी आपल्या

आवडत्या गोष्टी सोडून देतात. अशी अनेक उदाहरणं आपण आसपास बघू शकतो. म्हणूनच या वयातले मित्र आणि मैत्रिणी अतिशय महत्त्वाचे असतात.

एक तर हे वय साहसाचंच असतं. धडकायचं, असा हा स्वभाव असतो. 'यहाँ के हम सिकंदर, चाहे तो रख ले सबको अपनी जेबके अंदर' अशा पद्धतीने मुलं-मुली वागत असतात. कोणाचं ऐकून घेणं, कोणाला जमेला धरणं हे या वयात नकोसं वाटतं.

नेमकं याच वयात घसरण्याच्या संधी बऱ्याच असतात. मित्रांची संगत चांगली न मिळाल्यास मुलं गुन्हेगारी जगताकडे ओढली जाण्याची शक्यता असते. व्यसनांची सुरुवात आता शाळेपासूनच झालेली दिसते. दहावीची मुलंदेखील दारूपार्ट्या करतात. त्यांनी सिगरेट ओढून पाहिलेली असते. काही वेळा मुलीदेखील यात सामील असतात.

कॉलेजमध्ये राजकीय लागेबांधे असणारी मुलं वेगळी कळतात, कारण ती गुंडगिरीने वागतात. राजकीय करियर करायचं असेल तर गुंडगिरीने वागलं पाहिजे, हे या कॉलेजियन्सकडे बघून नीटच कळतं. त्यांचे जे मित्र म्हणवतात, तेही अर्ध्या हळकुंडाने पिवळे झालेले असतात. हे लोक इतरांना बराच त्रास देतात. यांच्यामुळे कॉलेजचं वातावरण दूषित होतं.

काही कॉलेजेसमध्ये रॅगिंग चालतं. ते करणारी मुलंही टीनएजरच असतात. नवीन आलेल्या मुला-मुलींना त्रास द्यायचा, त्यांच्यात दहशत निर्माण करायची, हा उद्देश. त्यासाठी वाईट, अश्लील प्रकार शोधून काढायचे. अत्यंत थंडपणाने, क्रूर वृत्तीने आणि जाणीवपूर्वक हे सर्व करायचं. तेही समूहाने करायचं आणि समूहाला करायला लावायचं. यातून टीनएजरचं समूहमानस दिसून येतं. कंपूमध्ये प्रत्येकालाच आपली शक्ती वाढल्याचा आभास होतो. या शक्तीचं रूपांतर विघातक कृत्यांमध्ये व्हायला वेळ लागत नाही.

यामुळे बऱ्याचदा 'स्व'त्व विसरलं जातं. मला काय आवडतं यापेक्षा मित्रांमध्ये काय चालतं, त्यांना काय आवडतं, हे जास्त महत्त्वाचं ठरतं. स्वतःला आवडत नसतानाही गटात टिकून राहण्यासाठी नावडीच्या गोष्टी केल्या जातात. पालक सांगत राहतात, पण त्यांचं कोण ऐकणार? *चाहे तो रख दे सबको अपनी जेबके अंदर..*

मुलांचं मित्र-मैत्रिणींशी जर विचारांनी जुळत असेल तर ठीक आहे, परंतु विचारांनी जुळत नसेल, नुसतीच मज्जा चालली असेल, किंवा हा मैत्रीचा प्रवाह भलतीकडे चाललाय असं वाटत असेल तर पालकांनी हस्तक्षेप करण्याची गरज असते. मुलांना सावध करण्याची नक्कीच गरज असते. आपण नेमके कसे आहोत, आपल्याला काय करायला आवडतं, कशात रस आहे, कोणत्या गोष्टी आपण टाळतो, आपल्याला नक्की काय आवडतं, हे मुलांशी त्यांचा खरा मित्र म्हणून बोलायला हवं.

■

रॅगिंग

'मुन्नाभाई एमबीबीएस'मधला मुन्नाभाई मुळातच एक गुंड असतो. त्याच्यावर जेव्हा मेडिकल कॉलेजमध्ये रॅगिंग करण्याचा प्रयत्न करतात, तेव्हा तो आधी तर ते सगळं एन्जॉय करतो. 'मुझे भी करना है' म्हणत मजा करतो आणि नंतर त्या सगळ्या सीनियर्सना तेच करायला लावतो.

'ऑल इज वेल'मधल्या रँचोवर रॅगिंगची वेळ येते; पण तो विज्ञानाचे नियम वापरून डोकेबाजपणे त्यातून स्वतःची सुटका करून घेतो.

प्रत्यक्षात रॅगिंगचा प्रतिकार इतका सोपा असतो का?

कॉलेजमधल्या सीनियर्सनी ज्युनियर्सवर वर्चस्व दाखवणं, नवीन आलेल्या मुलांना उगाचच आणि विनाकारण काहीही मनाला येईल ते करायला लावणं, असे प्रकार काही महाविद्यालयांमधून चालतात. काही महाविद्यालये रॅगिंग चालू देत नाहीत. तिथे खूपच कडक नियम असतात. सर्व काही कळूनही काही महाविद्यालये पावलं उचलत नाहीत. आपल्याला वर्तमानपत्रांतून, टीव्हीवरून रॅगिंगविषयी बातम्या कळलेल्या असतात. तसंच काही हिंदी सिनेमांतूनही रॅगिंगचं खरं स्वरूप दिसलेलं असतं. प्रत्येक कॉलेजमध्ये एक हेल्पलाइन नंबर दिलेला असतो. अनेकदा कॉलेजमध्ये रॅगिंग चालतं; पण या हेल्पलाइनची कितीजण मदत घेतात आणि कितीजण मुकाटपणे रॅगिंग सहन करतात याचं संशोधन व्हायला पाहिजे. रॅगिंग हा खरोखरच एक भयानक प्रकार आहे.

रॅगिंग करणारे सीनियर्स फक्त गंमत म्हणून ज्युनियर्सचा छळ करत असतात. त्यांचा असाच छळ सीनियर्सनी केलेला असतो, त्याचं उट्टं काढण्याची हीच संधी असते. नवोदित विद्यार्थी घाबरले, तणावाखाली आले की त्यांना अजून मजा वाटते. त्यांचा जोर वाढतो. वास्तविक माणुसकी विसरायला लावणारा हा अतिशय किळसवाणा प्रकार आहे. ही निश्चितच एक विकृती आहे. दुसऱ्याला छळायचं आणि त्यापासून आनंद मिळवायचा, हे नक्कीच नैसर्गिक नाही.

सीनियर्सचं अविवेकी वर्चस्व मान्य करायचं नाही, असं ज्युनियर्सच्या सर्व गटांनी ठरवलं, कॉलेजमध्ये तक्रार केली, तर हे रॅगिंगचे प्रकार थांबतील. सीनियर मुलं-मुली काहीही करू शकणार नाहीत. मात्र, त्यासाठी ज्युनियर्सची एकी व्हायला पाहिजे. हेल्पलाइन, कॉलेजचं व्यवस्थापन तसंच पोलिसांचीही मदत घेता येईल. अशा घटना होऊ नयेत यासाठी काही कॉलेजेसमध्ये काळजी घेतली जाते. मात्र, काही कॉलेजेसमध्ये हे प्रकार गांभीर्याने घेतले जात नाहीत. त्यामुळेच अशा विकृतांचं बळ अधिकाधिक वाढतं.

१२ मळलेल्या वाटा सोडून ..

प्रत्येक वेळा आधीची पिढी ही नव्या पिढीबद्दल थोडी नाराजीनेच बोलत असते. वास्तविक प्रत्येक पिढीचे गुणधर्म वेगळे असतात. आजचीही मुलं-मुली वेगळ्याच गुणधर्मांची असणार, हे तर उघडच आहे.

ही मुलं क्रेझी असतात, बाह्यरूपाकडे यांचं फार लक्ष असतं हे खरं. पण ही गुणी मुलं-मुली फॅशन ॲक्सेसरीजबरोबर जड बॅकपॅक, त्यातल्या अभ्यासाची वह्या-पुस्तकं-प्रोजेक्ट्स पासून एक्स्ट्रा करिक्युरल्ससाठी लागणाऱ्या विविध वस्तू बाळगत असतात. कारण आपल्याला कुठे जायचंय हे त्यांना माहीत असतं.

कॉलेजमध्येच काही जण असे असतात, जे केवळ आपल्या ध्येयाकडे बघत आपापल्या रस्त्याने चालत असतात. त्यांच्याकडे कदाचित या वस्तू नसतील, किंवा क्रेझी व्हायला लागणारा वेळ आणि मानसिकताही नसेल. कारण त्यांची वाट पूर्ण वेगळी असते.

महाराष्ट्राच्या ग्रामीण भागातून उच्च शिक्षणासाठी शहरात आलेल्या मुलांची आणि मुलींचीही संख्या सध्या लक्षणीय आहे. त्याचबरोबर देशातील आणि परदेशांतील मुलं-मुलीही मोठ्या शहरात, नाव असलेल्या प्रसिद्ध शिक्षणसंस्थांमध्ये शिक्षण घेण्यासाठी येत असतात. त्यामुळे कॉलेजं विविध संस्कृतींनी फुलून गेल्याचं चित्र पाहायला मिळतं. प्रगतीचा मार्ग हा उच्च शिक्षणातूनच जातो, हे पटल्यामुळे मळलेल्या वाटा सोडून नवं काही करण्याचा त्यांचा इरादा असतो. आणि कष्ट करण्याची तयारीही.

मुलं-मुली पॉकेटमनीसाठी घरच्यांवर अवलंबून असतात. पण काही मुलं-मुली मात्र स्वत:च्या हिमतीवर काहीएक काम करून, स्वत: पैसे कमवून आपला खर्च भागवतात, हेही दिसतं. ग्रामीण भागातून पुण्यात येऊन एम.पी.एस.सी.ची परीक्षा देऊ पाहणारा एक मुलगा एका सोसायटीत पार्टटाइम वॉचमनची नोकरी करतो आहे. याचं कारण रात्रीची शांत वेळ अभ्यासासाठी मिळते आणि त्याच वेळी पैसेही कमावता येतात. कित्येक टीनएजर्स शालेय मुलांच्या ट्यूशन घेतात. काहीजण हार्मोनियम, तबला अशी वाद्यं घरी येऊन शिकवतात. सर्व्हे करण्याच्या कामात तर बहुतांश कॉलेजियन्सच असतात.

कित्येक मुलं-मुली वेगवेगळ्या ग्रुप्सशी संलग्न राहून कामं करत असतात. पर्यावरणीय चळवळी, सामाजिक आंदोलनं, नाटक, म्युझिकल बॅण्ड्स, गिर्यारोहण, वेगवेगळे खेळ- अशा आपापल्या आवडीनुसार त्यात सहभागी होत असतात, त्यासाठी स्वत:चा वेळ देत असतात. यामुळे त्यांचं व्यक्तिमत्त्व वेगळ्या प्रकारे घडत असतं.

ज्या अभ्यासक्रमात भरपूर वेळ अभ्यासासाठीच द्यायचा असतो, अशा मुला-मुलींना फार वेळ खर्च करता येत नसला तरी कॉलेजच्या उपक्रमांमध्ये तरी ते भाग घेत असतात.

या वयोगटाचे कॉलेजियन्स स्वत:च्या करियरबद्दल जसे जागरूक असतात तसेच स्वत:च्या मतांबद्दलही. 'मला काय आवडतं', 'मला काय चालतं', 'माझी राजकीय मतं अशी आहेत', किंवा 'मला आयुष्यात हे हवंय..' या संदर्भात ही पिढी खूपच स्पष्ट आहे. जे हवं ते मिळवण्यासाठी मेहनत करण्याची काहींची तयारी आहे; पण काहीजण मात्र सर्व काही सोप्या पद्धतीनं मिळावं यासाठी वेगळ्या मार्गाने प्रयत्नशील असतात.

कित्येक जण हा वेळ अक्षरश: वाया घालवतात. 'लाथ मारीन तिथे पाणी काढीन' अशा अति आत्मविश्वासामुळे हातातून संधीही जातात आणि वेळही जातो. कारण सशक्तपणे लाथ मारण्यासाठी पाय मजबूत हवेत त्यासाठी व्यायाम हवा. आणि पाणी काढण्यासाठी ते जमिनीत कुठे असू शकेल, याचं थोडं तरी ज्ञान

हवं. वाळवंटात ही म्हण उपयोगी पडत नाही. एकदा आयुष्यातून संधी निघून गेल्या की या अति आत्मविश्वासाचा काहीही उपयोग नाही. त्यासाठी हेच वय आहे. जसं मजा करण्याचं हे वय आहे, मित्र-मैत्रिणी जमवण्याचं आहे, समानधर्मी माणसांमध्ये राहून स्वत:ला शोधण्याचं हे वय आहे. आपल्या आसपासच्या माणसांच्या तुलनेत आपण कुठे आहोत हे जसं बघायचं आहे, तसंच योग्य मार्गाने पुढे जाण्याची वाटही शोधायची आहे.

टीनएजर्सशी सहज गप्पा मारल्या तर लक्षात येतं, की बहुतेकांना ही 'थिअरी' माहिती असते. घरातून, शाळेतून, विविध लेक्चर्समधून हीच माहिती सतत आदळत असते. त्यामुळे या माहितीला उपदेशाचं स्वरूप आल्यामुळे ती नकोशी वाटते. त्यामुळेच कदाचित ती 'प्रॅक्टिकल'मध्ये उतरवणं जड जातं. त्यामुळे या गोष्टी जर त्यांच्यापर्यंत पोहोचवायच्या असतील तर त्यांच्या भाषेत आणि अत्यंत थोडक्या, मोजक्या शब्दांत पोहोचल्या पाहिजेत.

या वयात शिक्षण, भावी करियरसाठी योग्य व्यक्तिमत्त्व आणि जोडीला ढोर मेहनत यांना खतपाणी घातलं, तर आयुष्यात आपल्याला हव्या तशा संधी मिळू शकतात, हे ज्यांना माहीत असतं ते निश्चित दिशेवरून पुढे जात राहतात. आता अंधुक असली तरी तिथे त्यांच्यासाठी वाट असते हे नक्की.

■

१३ प्रेमातलं धडपडणं

इयत्ता पाचवीतला मुलगा खूपच निरागसपणे आणि लाडात आईला सांगायला येतो, की 'आई, मी माझ्या वर्गातल्या अल्पनाशीच लग्न करणार ग.. मला ती खूप आवडते!

इयत्ता नववीत जाईपर्यंत कदाचित त्याची पसंती बदललेली असते. त्याला अल्पनासकट वर्गातल्या, क्लासमधल्या, झालंच तर बास्केटबॉल ग्राऊंडवरच्या आणि आसपास राहणाऱ्या बऱ्याच मुली जरा जरा आवडायला लागलेल्या असतात.

सातवी-आठवीपासून त्याच्या हे लक्षात आलेलं असतं, की आपल्या वर्गातल्या बावळट पोरी वेगळ्याच दिसायला लागलेल्या आहेत. त्या अतिशय शिष्ट झालेल्या आहेत आणि सरळ सरळ समोर न बोलता त्या आपापसात काही काही कुजबुजताहेत. असं वाटतं, की वर्गातल्या मुलांविषयीच त्या काही काही बोलत असतात आणि हसतात, पण काय बोलतात हे मात्र माहीत नाही.

पण या वर्षीपासून सगळं नीटच कळायला लागलं आहे. जिथे जिथे म्हणून मुली दिसतात-भेटतात, त्यातलीच कोणी तरी 'लाइफ पार्टनर' असणार हे नक्की! पण नक्की कोण? यातल्या कोणाशी लग्न करायचं बरं?

अशा प्रकारच्या कल्पनाविश्वात मुलगे रेंगाळत असतात. मुली आणि मुलं यांचं वयात येण्याचं वय वेगवेगळं असतं. मुली लवकर वयात येतात. त्यामुळे त्यांच्यात या संबंधांबद्दल उत्सुकता आणि कुजबूज लवकर सुरू होते.

या सर्व गोष्टी प्रत्येकाच्या आयुष्यात कधी ना कधी घडून गेलेल्या असतात. मात्र 'पालक' झाल्यावर या विषयावर जास्त जागरूक व्हावंसं वाटतं. याचं कारण आपल्या गाठीशी अनुभव असतो. अशा गोष्टींकडे मुलांपेक्षा जास्त उंचावरून आपण बघत असतो. त्यातले खाचखळगे पूर्णतः माहीत असल्यामुळे पहिल्यापासून डोळ्यात तेल घालून संरक्षण करण्याचा आपला पवित्रा असतो. विशेषतः मुलींच्या बाबतीत ही काळजी आपण घेतोच.

शाळेतदेखील शिक्षकांची मुला-मुलींवर करडी नजर असते. ही नजर का आहे हे मुलांना चांगलंच माहीत असतं. या वयात मुलं मुलींना विविध प्रकारे त्रास द्यायचा प्रयत्न करतात. घरापर्यंत मागे येणं, तिचं नाव माहीत असेल तर तिच्या नावाने हाका मारणं, विविध प्रकारे तिचं लक्ष वेधून घेणं, तिच्या घराच्या आसपास, गॅलरीखाली थांबणं, या सगळ्या प्रकाराचा तिला त्रास होतो. तिला या सगळ्याची खूप भीती वाटत असते. अशा वेळी घरात आई-बाबांशी मोकळा संवाद असेल तर मुलगी अशा प्रकाराबद्दल घरी कल्पना देते. यामुळे तिला मोकळं वाटतं, हे सर्वात आवश्यक आहे. तिच्या मनावरचा बराचसा ताण यामुळे उतरतो. ताण उतरल्यामुळे ती अभ्यासात लक्ष देऊ शकते.

आपल्याला शाळेत, क्लासमध्ये किंवा एखाद्या नातेवाइकाकडून कसलाही त्रास होतो आहे हे आपल्या मुलीने विश्वासात घेऊन सांगणं अतिशय महत्त्वाचं आहे. यासाठी तिच्याशी आधीपासून संवाद छान असेल तर ती तुम्हाला सर्व काही येऊन सांगेलच. पण लहानपणापासून जे पालक मुलांना सतत विविध कारणांवरून ओरडतात, मारतात, त्यांच्याबद्दल मुला-मुलींच्या मनात विश्वास निर्माण होत नाही. त्यांना असं वाटत राहतं, की आपण अशा गोष्टी घरी कानावर घातल्या तर उलट घरचे आपल्यालाच रागावतील. त्यापेक्षा सांगायलाच नको.

आपल्याच आई-बाबांना घाबरून घेतलेला हा निर्णय सर्वस्वी चुकीचा असतो. समजा, चुकून त्यात काही गुंतागुंत निर्माण झाली तर मुली मैत्रिणीला सांगतात.

दोघी-तिघी मिळून काही तरी मार्ग काढतात. हा मार्ग चुकीचाही असू शकतो; पण या मैत्रिणींना त्याची पुरेशी जाणीव नसते.

एका केसमध्ये नववीची एक मुलगी ट्यूशनला जायची. तिथलाच एक मुलगा तिच्या घरापर्यंत मागे आला. आपल्याच वर्गातला मुलगा म्हणून ती त्याच्याकडे बघून हसली. तो पण हसला. आता रोजच तो तिच्या मागे येऊ लागला. तो काहीच बोलायचा नाही, म्हणून ती पण बोलायची नाही. तिला हे विचित्र वाटत होतं. ट्यूशनवरून घरी आल्यावर थोड्या वेळाने ती शाळेत जायला निघायची. एक दिवस तिला दिसलं की तो तिथेच उभा आहे. तो तिच्या मागे मागे शाळेपर्यंत येत आहे. हेही आता रोजच व्हायला लागलं. हा काय प्रकार आहे आणि आता आपण काय करायचं हे तिला कळेना.

एक दिवस त्याच्याबरोबर त्याचे दोन मित्र होते. ते तिच्या मागे घरी आणि पुन्हा शाळेत असे तिच्या मागे निघाले. आता मात्र तिला चक्क हसू यायला लागलं. पण हा रोजचा त्रास तिला नको होता. तिला हे सगळं आईला सांगायचं होतं. तिला वाटायला लागलं होतं, की हे सगळं आधीच सांगितलं असतं तर बरं झालं असतं. एकदाची आई ऑफिसमधून आल्या आल्या तिने जे चाललंय ते सगळं सांगून टाकलं. आई-बाबा, ती आणि तिचा दादा सगळे एकत्र बसले. दुसऱ्या दिवशी आई-बाबा घरीच थांबले. ट्यूशनमधून घरी आल्यावर तो आणि त्याचे मित्र घराच्या जवळ थांबून राहिले होते. ते बघून आई-बाबा त्यांच्यापाशी गेले. त्यांच्याशी बोलले. त्यांची नावं विचारली. ही मुलं कुठपर्यंत जाऊ शकतात याचा अंदाज घेतला. त्या दिवसानंतर तो आणि त्याचे मित्र गायब झाले. तिच्यावरचा ताण गेला. या सगळ्यातून तिला एक महत्त्वाचा धडा मिळाला, तो म्हणजे आपण आई-बाबांना काही सांगितलं तर ते आपला त्रास दूर करतात. यातून दादालाही एक धडा मिळाला, की अशा पद्धतीने आपण कधीच वागायचं नाही; मुलीला त्रास होतो.

अशा उदाहरणात मुलगाच मुलीच्या मागे लागतो, अशी आपली परंपरागत समजूत असते. पण मुलींच्या मनात काही येतच नाही, त्या काही करतच नाहीत, असं समजून चालायला नको. आठवीच्या वर्गातल्या एकीला शेजारच्या बिल्डिंगमधला एक मुलगा अचानक आवडायला लागला. तिने त्याला लगेच

फिल्मी स्टाइल पत्र लिहिलं आणि कोणाच्याही नकळत त्याच्या हातात दिलं. तो खूपच चमकला. आता याचं काय करायचं, त्याला कळेना. आई-बाबांना तर हे नक्कीच सांगायचं नसतं. मग करायचं काय?

अखेर त्याने ते पत्र फाडून टाकलं आणि ती भेटल्या भेटल्या तिला ते लगेचच सांगून टाकलं. 'पुन्हा अशी पत्रं लिहू नकोस. मलाच काय, कोणालाच लिहू नकोस. दर वेळी चांगली मुलं भेटतील असं नाही,' असा पोक्त उपदेश द्यायलाही तो विसरला नाही.

इथे तिचं प्रेम जिरून गेलं.

धडपडण्याच्या आधीच संपलेली ही काही प्रेमप्रकरणं; पण दर वेळी असं होत नाही. भारतीय सिनेमात जसं 'प्रेम' विविध रूपांत आपल्याला भेटतं, तशीच प्रेमाची असंख्य रूपं आहेत. ती आपल्याला बघायचीच आहेत.

■

१४ प्रेमात पडणं

तेरा-चौदा या वयातली प्रेमाची भावना वेगळी, अठरा-एकोणीसच्या टप्प्यावरची प्रेमभावना वेगळी. आता मुलं-मुली पुरेशी मोठी झालेली असतात. शाळा आणि पालक यांच्यापासून बरीचशी स्वतंत्र झालेली असतात. मित्र-मैत्रिणींचे कंपू जमलेले असतात. वातावरणात एक प्रकारचा मोकळेपणा असतो. या पार्श्वभूमीवर आई-बाबा जरा बॅकसीटवर गेलेले असतात. मी, माझा वेळ, माझे मित्र, माझ्या मैत्रिणी, आमचे कार्यक्रम— या सगळ्या गोष्टी १०० टक्क्यांहून जास्त महत्त्वाच्या वाटत असतात. एवढंच नाही, तर हेच फक्त महत्त्वाचं वाटत असतं. या सर्वच बाबतींतले इगो फार टोकदार झालेले असतात. त्यातून प्रेमाची गोष्ट अवतरली तर काही विचारायलाच नको.

मुलांच्या दृष्टीने हे प्रेम एकमेवाद्वितीय असतं. प्रेम आणि तो खास मित्र किंवा ती खास मैत्रीण एवढंच फक्त महत्त्वाचं बाकी सगळ्या गोष्टी दुय्यम. घरदार-नाती-परीक्षा-अभ्यास-खाणंपिणं सबकुछ एक तरफ आणि खास दोस्त एक तरफ. याची बरोबरी होऊ शकत नाही असंच तेव्हा वाटत असतं. इथे खरी परीक्षा आई-बाबांचीच असते. कारण या वयात मुला-मुलींचे पाय जमिनीवर नसतातच.

मुलांना पण या काळात बऱ्याच कसरती कराव्या

लागतात. प्रेमात तर पडायचं– पण त्यात एक ना दोन, हजार गोष्टी असतात. एक तर आपलं प्रेम घरच्यांपासून लपवायचा सतत खटाटोप करावा लागतो. एसेमेस डिलीट करत राहा, गिफ्ट्स लपवत राहा... घरी आल्यावर इतरांसमोर फोनवर बोलूही शकत नाही. त्यामुळे बोलण्यावर ताबा ठेवा. घरी येऊन चुकून बोलून जाणाऱ्या मित्रांना आणि मैत्रिणींना आवरा. व्हॉट्सॅपवर अचानक येऊन धडकणाऱ्या पोस्ट आणि फोटोंवर तरी नियंत्रण कसं ठेवणार? पण तेही ठेवा. फेसबुकवर करडी नजर ठेवा. सर्वांत वाईट म्हणजे या ना त्या कारणाने झालेले छोटे-मोठे आनंदही लपवा!

एवढं करून आई-बाबांपासून काही म्हणजे काही लपून राहू शकत नाही. आई-बाबा 'त' वरून ताकभात ओळखणाऱ्यातले असतात. एवढंच नाही, तर या बाबतीत आई-बाबांसमोर 'त'चा उच्चार केला नाही तरी चालतो. ते सर्व काही ओळखून असतात. नुसतं नजरेवरूनही कळत असतं की आपल्या मुलांच्या मनात काही तरी आगळंवेगळं घडतंय. अर्थात यासाठी आई-बाबांची मुलांमध्ये मानसिक-भावनिक गुंतवणूक हवी.

अकरावी-बारावीच्या काळात पालकांचं मुलांकडे अति लक्ष असतं, आणि त्यातूनही मुलं वाट काढून सगळं काही एन्जॉय करत असतात. लपवून का होईना, खोटं बोलून का होईना, पण प्रेमभावनेतून मिळणारा आनंद मुलांना गमवायचा नसतो. मुलं असं वागतात, कारण आई-बाबा काही समजून घेणार नाहीत, ते आपल्यावर वेगवेगळी बंधनं घालणार, याची त्यांना खात्रीच असते.

मुला-मुलींना, विशेषतः मुलींना वयात आल्यापासून सावधगिरीच्या अनंत सूचना दिल्या जातात. त्या अर्थातच काळजीपोटीच असतात, पण त्याचा परिणाम हा असा होतो. जोपर्यंत मुलं खरीखुरी कोणाच्या प्रेमात पडत नाहीत तोपर्यंत या सूचना तंतोतंत पाळल्या जातात; पण प्रेमात पडल्याक्षणी हे सावधानतेचे इशारे काना-मेंदूत वाजत असले तरी त्याकडे दुर्लक्ष केलं जातं. कारण शेवटी ते प्रेम असतं. इथे 'असं' काही घडणार नाही याची पूर्ण खात्री असते, म्हणून तर तिथे प्रेम बसतं.

अर्थात प्रेम असलं तरी समोरच्या व्यक्तीचा नक्की हेतू काय आहे, हे कधीच कळू शकत नाही. एखादा मुलगा सर्वस्वी वाईट हेतूने मुलीशी सलगी

वाढवत असेल तर ते तिला कळेलच असं नाही, त्याचबरोबर तिच्या मैत्रिणींनाही ते जाणवेल असं नाही. कारण ज्या गोष्टी मोठ्या माणसांच्या नजरेला समजतात त्या लहान वयाच्या मुलामुलींना समजतील असं नाही.

आई-बाबा म्हणतात ते आणि मुलांना वाटतं ते यामध्ये भलं मोठं अंतर पडतं. मुलं आई-बाबांपासून सर्व काही लपवू बघतात; पण यामुळेच धोका वाढतो. असा कोणताही धोका निर्माण होऊ द्यायचा नसेल तर संवादही तसाच पाहिजे.

- *सावधगिरीच्या सूचना देताना 'तुझ्यावर विश्वास आहेच, पण जगावर नाही' हे तुमचं म्हणणं मुलांपर्यंत, विशेषतः मुलींपर्यंत पोचवा.*
- *प्रेमासारख्या नैसर्गिक गोष्टीवर आपला विश्वास हवा. तो व्यक्त करायला लागेल. तरच मुलं आपल्याशी मोकळी होण्याचा निदान विचार तरी करतील.*
- *मुलांनी आपल्याशी येऊन बोलावं यासाठी पालकपणाची झूल थोडी बाजूला सरकवून त्यांचे मित्र-मैत्रीणी बनावं लागेल.*
- *मुला-मुलींवर विश्वास असतोच, पण तो व्यक्त करावा लागेल.*
- *मुलं आपल्या मनातल्या गोष्टी तुमच्यापाशी येऊन बोलली तर अतिशय शांतपणे प्रतिक्रिया द्यायला हवी. अशा वेळी सिनेमातल्या पारंपरिक आई-बाबांसारखी प्रतिक्रिया द्यावीशी वाटते. पण चिडून, संतापून बोललात तर तुमची भीती वाटेल.तसं झालं तर हा संवाद संपू शकतो. आपल्याला हा संवाद संपवायचा नाही, तर चालू ठेवायचा आहे.*
- *पालकांची भीती वाटते, म्हणूनच मुलं घरात येऊन बोलत नाहीत.*
- *आपला दृष्टिकोन खाप पंचायतींसारखा निष्ठुर नको.*
- *मुलांना आणि मुलींना प्रेमाच्या सर्व पैलूंकडे बघायला लावा, प्रत्येक गोष्टीचा विचार करायला लावा. गाइडसारखे रेडिमेड उपदेश नकोत. चांगल्या आणि वाईट गोष्टींची चर्चा करा. त्यातूनच मुलांना मार्ग सापडेल. हा मार्ग त्यांचा त्यांना सापडला तर ते त्याप्रमाणे वागतील; पण तो मार्ग तुम्ही सांगितलात तर धुडकावून लावण्याचीच शक्यता जास्त.*

- *या नाजूक भावनेतले प्रश्नही तितक्याच नाजूकपणे सोडवले गेले तर खरं तर सर्वांच्याच दृष्टीने योग्य ठरेल. परंतु अजूनही बऱ्याच घरांमध्ये जिथे मुला-मुलींच्या बदलत्या आणि स्वतंत्र व्यक्तिमत्त्वालाच स्वीकारलेलं नसतं, तिथे ही भावना कशी स्वीकारणार, हा प्रश्नच आहे.*
- *'या वयात असं काही वाटू शकतं' ही भावना स्वीकारा.*
- *प्रेमभावना स्वीकारणं म्हणजे सर्व काही चालू देणं असं नाही, तर जे काही चालू आहे त्याबद्दल बोलत राहणं, जाणून घेणं. आपण आणि मुलं यातलं अंतर कमी करणं. सर्व काही मुलामुलींवर न सोपवणं. नाही तर मुलं-मुली वाढत्या वयाबरोबर वाहत जाण्याची शक्यता जास्त असते.*
- *'आता या वेळेला आणि या इथे आम्हाला वादळ नको आहे', असं म्हणून चालत नसतं. वादळ त्याला हवं तेव्हा, हवं तिथे धुडगूस घालणार असतंच. आपण वादळाशी दोन हात केले तर नुकसान आपलंच आहे. हे नुकसान शॉर्ट टर्म असेल किंवा लाँग टर्म, पण नुकसानच असतं. ते नुकसान नको असेल तर आपल्यालाच काळजी घ्यायला पाहिजे. शेवटी मुलं-मुली ही आपलीच असतात. प्रेमात पडली म्हणून त्यांचं एकदम शत्रूत रूपांतर होत नाही. हा गुंता मुलांच्या हातातून पालकांच्या हातात आला तर सुज्ञ पालक तो नीट सोडवतील. पालकांबद्दल त्यांना विश्वास मात्र वाटला पाहिजे.*

■

(१५) प्रेमात वाट्टेल ते!

प्रेमात पडलेल्या आपल्या मुलाशी किंवा मुलीशी संवाद नीट नसेल तर घरातला प्रत्येक घटक आपल्याला हवं तसं वागतो. बहुतांश घरांमध्ये हेच घडतं. आई-वडील मुलांना या ना त्या प्रकारे नजरेत ठेवण्याचा प्रयत्न करतात. मित्र-मैत्रिणींना हाताशी धरून आपल्याच मुलांवर पाळत ठेवण्याचा प्रयत्न करतात. हल्ली तर पाळत ठेवण्याची कामं करणाऱ्या प्रोफेशनल सिक्युरिटी एजन्सीजसुद्धा असतात.

त्याच पद्धतीने मुलंदेखील पालकांच्या हातावर तुरी देऊन सटकण्याचा प्रयत्न करत असतात. यामुळे घरामध्ये अविश्वासाचं वातावरण निर्माण होतं. कोणीच कोणावर विश्वास ठेवत नाही, असा प्रकार सुरू होतो. इथे पालकांनी सावध होण्याची खरंच गरज असते. कारण जुन्या पिढीच्या प्रेमाच्या कल्पना आणि नव्या पिढीचं प्रेम यात कमालीचं अंतर आहे. आताची पिढी बेधडक आहे. ती कुठपर्यंत पोहोचेल याचा नेम नाही. एखाद्या कॉलेजमध्ये सहज डोकावून पाहिलं, तर कित्येक चित्रविचित्र नमुने सहज दिसतील.

पुण्यात बाहेरच्या छोट्या गावातून आलेल्या एका तरुण मुलाची प्रतिक्रिया अतिशय बोलकी होती. ती त्याच्याच शब्दांत सांगायला हवी. तो म्हणतो,''कोपऱ्यावर जाऊन उसाचा रस प्यावा इतक्या सहजपणाने मुलं व्यसनं करतात, आणि पैसे किंवा मजा करण्यासाठी मुली कोणाहीबरोबर जाऊन काहीही करू शकतात.'' आपल्याच वयाच्या मुला-मुलींचं त्याने केलेलं हे तटस्थ निरीक्षण खूप काही सांगून जातं.

या बाबतीत पालकांनी नेमकं काय करायचं? कॉलेजचा विद्यार्थी कॉलेजला पोचला की नाही, त्याने आवश्यक ती सबमिशन्स वेळेवर दिली आहेत की नाही, तो परीक्षेला बसला आहे की नाही, याचे निरोप तत्काळ पालकांपर्यंत एसएमएस किंवा ई-मेलद्वारा पोचवण्याचं काम काही कॉलेजांनी हाती घेतलं आहे. शाळांमध्ये जशा पालकसभा असतात, तशा काही कॉलेजांमध्ये पालकसभाही होऊ लागल्या आहेत. या सभांमध्ये 'तुमची मुलं सध्या कशी वागताहेत' हे प्राध्यापक पालकांपर्यंत पोचवतात. काही सभा तर निव्वळ तक्रारी सांगण्यासाठीच आयोजित कराव्या लागतात, असं प्राध्यापकांचं म्हणणं आहे. कारण मुलांचं वागणंच तसं असतं. या तक्रारी साधारण अशा असतात :

- *विद्यार्थी किंवा विद्यार्थिनी कॉलेजमध्ये येत नाहीत.*
- *आले तरी वर्गात बसत नाहीत.*
- *सबमिशन्स पूर्ण नसतात.*
- *काही मुलं-मुली घरून निघून कॉलेजला येतात, संध्याकाळी घरी जातात– पण मधल्या वेळात एखाद्या फ्लॅटवर लिव्ह-इनसारखे राहतात.*
- *बाहेरगावची काही मुलं-मुली खरोखर पूर्ण वेळ लिव्ह इनमध्ये राहतात.*
- *मुलं आणि मुली व्यसनं करताना दिसतात.*

अशा तक्रारी पालकांना सांगितल्या जातात. प्राध्यापकांचं म्हणणं असं, की बहुतांश पालक या तक्रारींकडे दुर्लक्ष करतात. ते असं म्हणतात, की आमचा मुलगा/मुलगी असं करूच शकत नाही.

यामुळे परिस्थिती 'जैसे थे' राहते.

मुलांमध्ये या वयात सेक्स हार्मोन्सरूपी वादळ घोंघावत असतं. त्यात आसपासची परिस्थिती अनुकूल झाली की वारं नक्की कोणत्या दिशेने वाहील हे सांगता येत नाही. प्रेमाची अक्षरशः विविध रूपं असतात. आपली मुलं नक्की कोणत्या प्रकारातून जात असतील हे सांगता येत नाही. उदाहरणार्थ, एकतर्फी प्रेम,

त्यातून निर्माण झालेला ताण, त्या ताणातून झालेलं नुकसान आपल्याला नक्कीच नको आहे. जो एकतर्फी प्रेम करतो तो आणि जो यात भरडला जातो तो, त्या दोघांच्याही समोर प्रश्नच असतात. ते नीट सोडवणं आवश्यक असतं.

हल्ली प्रेम एकदाच होत नाही, ते अनेकदा होतं. ब्रेक-अप झालं, तर त्याचंही सेलिब्रेशन होतं. घटकाभराचं प्रेम अर्ध्या घटकेत संपून नव्या प्रेमाचा शोध घ्यायला सुरुवातही होते. अनेकांच्या बाबतीत प्रेमाचा हा सिलसिला चालूच असतो. अशा वेळी नक्की काय आणि किती समजून घ्यायचं हे पालकांना कळणं महामुश्किलच!

प्रेमाचे त्रिकोण-चौकोनही होत राहतात, पण या गोष्टी पालकांपर्यंत फारशा येत नाहीत.

प्रेमभंग हाही तितकाच गंभीर प्रकार. ब्रेक-अपपेक्षा अगदीच वेगळा! प्रेमभंग मनाला किती लावून घ्यायचा, हे जो तो आपापल्या पद्धतीने ठरवतो. पण काहींचं मन या बाबतीत अतिशय संवेदनशील असतं. अशा मुला मुलींना जपावं लागतं.

प्रेमात पडलं की मोठमोठी गिफ्ट्स घेण्याचं फॅड असतं. यात मुलांचा पॉकिटमनी सहज खर्च होतो. त्याचा भार अंतिमत: पालकांवरच पडणार असतो.

कधी कधी मात्र हेच प्रेम लग्नापर्यंतही घेऊन जातं. त्यातून सुखद गोष्टीही घडू शकतात.

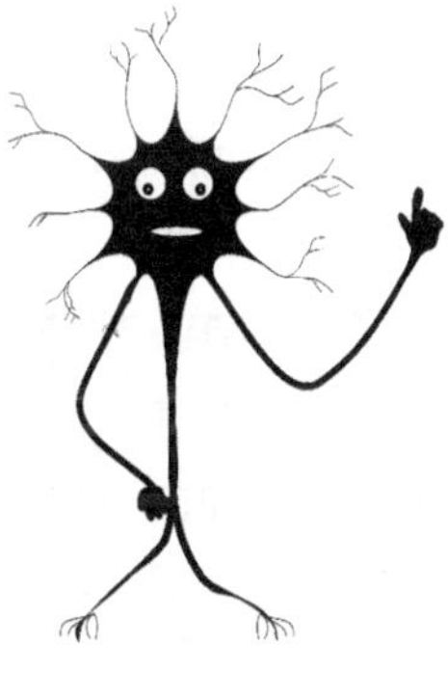

प्रेमातल्या कुठल्याही प्रकारातून, अडथळ्यातून आपलं मूल जात असेल, तरी त्याच्याशी आवश्यक आहे तो संवाद. थेट, सरळ आणि प्रामाणिक संवाद. या संवादात कसलीही आडवळणं नकोत, आडपडदे नकोत. मध्यस्थ शक्यतो नकोच. तुमच्या मुलांशी तुमचा संवाद चांगला असेल तर मध्यस्थाची गरज नसतेच. पण एखादा जवळचा दादा, ताई, मावशी, आत्या, एखादा मित्र किंवा मैत्रीण यांच्यामुळे संवाद सोपा होणार असेल तर चांगलंच. एकूण काय, तर मोकळं बोलणं हवंच.

■

१६ कॉलेज नवं, पंखही नवे!

कॉलेजच्या दरवाज्यातून आत गेलं की जणू काही पंख फुटतात. खरं तर नववी-दहावीपासूनच कॉलेजचे वेध लागायला सुरुवात होते. कुठल्या 'साईड'ला जायचं, कुठल्या कॉलेजला प्रवेश मिळेल, हव्या त्या कॉलेजमध्ये प्रवेश मिळेल का, असे प्रश्न मनात येतात. हव्या त्या कॉलेजला जायला मिळावं म्हणून कट ऑफची काळजी आतापासूनच घ्यायला हवी, ही समज मुलांमध्ये आली आहे. त्यासाठी भरपूर गुण लागतात. असे गुण हवे असतील तर नववी-दहावीला मुलं चांगलीच अभ्यासाला लागतात.

एकदा का शाळेतून सुटून मुलं-मुली कॉलेजला गेली की ती चांगलीच बदलतात.

कॉलेजचं वातावरण शाळेपेक्षा अगदीच वेगळं असतं. सध्या तर हे वातावरण खूपच बदललं आहे. या वयात असलेला उत्साह, नवं काही करण्याची इच्छा टोकाला पोहोचलेली असते. नवे मित्र-मैत्रिणी जोडण्याचं, आपल्यासारखे मित्र-मैत्रिणी शोधण्याचं काम सतत चालू असतं. शाळेतून कॉलेजमध्ये जाणं हा अगदी निराळाच अनुभव असतो. हे दिवस कधी अगदी सहजपणे मजेचे होतात, तर कधी अतिशय ताणाचे असू शकतात. शाळा आणि कॉलेज दोन्हीकडे शिक्षणासाठीच जावं लागत असलं असलं तरी या दोन्हींत फार फरक आहे. अकरावीत कॉलेज गाठण्यापूर्वी मुलांशी काही गोष्टी बोलायला हव्यात. त्यांना अनेक गोष्टींची पूर्वकल्पना द्यायला हवी. म्हणजे या तणावाच्या परिस्थितीत त्यांना त्यांचा मार्ग सापडेल. त्यांना

हे सांगायला हवं, की

- *कॉलेज हे शाळेपेक्षा खूप वेगळं असतं.*
- *शाळेत मुलांवर सगळ्यांचंच लक्ष असतं. त्यामुळे तुम्ही एक प्रकारे सुरक्षित वातावरणात असता.*
- *शाळेत नियम कडक असतात, व्यवस्थित शिस्त असते. कॉलेजमध्येही सगळ्यांसाठी नियम असतात, पण ते पाळण्याचं कडक बंधन नसतं.*
- *शाळेत तुम्ही ओळखीच्याच लोकांबरोबर वावरत असता. शाळेच्या आतमध्ये बाहेरच्या व्यक्ती येऊ शकत नाहीत, पण कॉलेजमध्ये कुठलीही मुलं-मुली, बाहेरची माणसं हिंडत असतात. इथे स्वतःची काळजी स्वतःच घ्यावी लागते.*
- *शाळेची इमारत, तिथले शिक्षक आणि सर्वात महत्त्वाचं म्हणजे आपले जिव्हाळ्याचे मित्र-मैत्रिणी कॉलेजमध्ये असतीलच, असं सांगता येत नाही. कारण आता प्रत्येकाच्या वाटा वेगळ्या झालेल्या असतात. सेंट्रलाइज्ड पद्धतीमुळे आपलं कॉलेज ठरवणं आपल्या हातात उरलेलं नाही तिथे जुना मित्रपरिवार कसा मिळणार?*

वरवर बघायला ही फार साधी गोष्ट आहे. या काळात मुलं कदाचित अस्वस्थ असतील. अधूनमधून त्यांना कॉलेजमध्ये जाणं नकोसं वाटू शकतं. असं असलं तर त्यामागचं कारण समजून घ्यायला हवं.

मुलींच्या बाबतीत त्यांना कोणी अनोळखी व्यक्ती त्रास देत नाही ना, हे जाणून घ्यायला हवं. सगळेच नवीन असतात. प्रत्येकाला एकमेकांची गरज असते हे त्यांना आवर्जून सांगा. मुला-मुलींना एकदा मित्रमंडळी मिळाली की बऱ्याचशा गोष्टी सुरळीत होतात. तोपर्यंत मात्र त्यांना नुसतं तासांना बसण्यासाठी कॉलेजमध्ये जावं लागतं. मैत्री तर हवीच. अर्थात यथावकाश मैत्री होतेच.

सुरुवातीच्या काळात सर्व विषयांच्या तासाला बसण्याची एक सवय प्रत्येकाला असते; पण हळूहळू ती सवय मागे पडते. तासाला बसण्याचं बंधन नाही, हे लक्षात आल्यावर तास बुडवण्याची सवय लागते. तास बुडवून मज्जा करायची, हे नवीनच सुरू होतं. यात मित्र-मैत्रिणींचा अख्खा घोळकाच सामील झाला असेल तर काही बघायलाच नको. ही सवय लागली की अभ्यासाशी पूर्ण फारकत घेतली जाते.

परीक्षा जवळ आली की मात्र अचानक जाग येते. काहीच अभ्यास झालेला नाही. एवढंच नाही, तर अभ्यासक्रम काय आहे, हे ही माहीत नाही. अशा वेळी प्राध्यापकांकडे मदत मागण्यात काहीच अर्थ नसतो. पश्चात्ताप होतो, पण त्याचा उपयोग नसतो. मार्ग हा शोधावाच लागतो. असं होऊ शकतं याची कल्पना मुलांना जरूर द्या.

तासाला बसणं आवश्यक असतं, हे आपण मुलांना सांगूच. पण त्या वेळी एक गोष्ट लक्षात घ्यायला पाहिजे, ती म्हणजे पिअर प्रेशर. पालक मुलांना एका दिशेने जायला सांगत असतात, पण कॉलेजमधला कंपू मात्र वेगळंच काही सांगत असतो. मित्रमंडळींचं ऐकावं तर पालकांना काय सांगणार आणि पालकांचं ऐकलं तर मित्र बावळट म्हणणार, याचं टेन्शन असतं. काही वेळा हे टेन्शन अगदी शिगेला पोचतं. अशा वेळी मुलांचे पालक न होता मित्र व्हा. अधूनमधून मध्यममार्ग स्वीकारायला हरकत नाही, असं सांगितलं तर त्यांना थोडं मोकळं वाटेल. अशा वेळी मुलं आपणहून तुम्हाला आज कॉलेजमध्ये काय केलं हे खरंखुरं सांगतील.

सध्या परगावातून, परराज्यांतून किंवा अगदी परदेशांतूनही उच्च शिक्षण घेण्यासाठी मुलं-मुली येत असतात. या सर्वस्वी नव्या वातावरणात जुळवून घेण्यात प्रत्येकाचीच कसोटी लागते. त्यामुळे हे दिवस प्रत्येकासाठी थोडे ताणाचे असणार, हे तर उघड आहे. या काळात मुलांना कुठे आपल्या मदतीची गरज नाही ना, हे बघायला हवं. कारण लहानपणी जरा टेन्शन आलं की मुलं 'तू तिकडे ये माझ्याबरोबर' असं म्हणायची. पण आता ते तसं म्हणत नाहीत. 'काय आईबाबांबरोबर फिरतो/फिरतेस!' असं म्हणतात. असा कंपूचा प्रभाव असतोच त्यांच्यावर. त्यामुळे ते मोकळेपणाने आपली मदत मागणार नाहीत. आपणही कॉलेजला सोडायला-आणायला जाणार नाही, सतत त्यांचे प्रश्न सोडवायला जाणार नाही, हे उघड आहे.

इथे त्यांनी त्यांचा मार्गच शोधायचा आहे; पण तरीही त्यांना मदतीची गरज नाही ना, हे मात्र बघायला हवंच.

हे सुरुवातीचे दिवस कायम राहत नाहीत. मित्र-मैत्रिणी मिळतात. हळूहळू कॉलेज चांगलंच ओळखीचं होतं. मित्र-मैत्रिणींमध्ये संवाद वाढतो.

कॉलेजमध्ये खूप मोकळेपणा असतो, स्वातंत्र्य असतं. पण ते कशासाठी, हे त्यांना समजावून सांगा. आता तुम्ही मोठे झाला आहात, म्हणून हे स्वातंत्र्य गरजेचं आहे. पण स्वातंत्र्याबरोबर जबाबदारीही येणारच आहे. आतापर्यंत शाळेतली कडक हजेरी, सततच्या परीक्षा यामुळे अभ्यास व्हायचाच. त्यापासून सुटका नसायची. पण आता मात्र जबाबदारी मुलांची आहे आणि त्यांना ती कळलीच पाहिजे, हे त्यांना आधीच सांगायला पाहिजे.

कॉलेजचं वातावरण खूप काही देऊन जातं. आयुष्यात घडायला आणि बिघडायलाही हे वातावरण बऱ्याच अंशी कारण ठरतं. कदाचित सर्वांत पहिल्यांदा असं घडतं, की मुलांना त्यांची इमेज स्वतःच तयार करायची असते. सर्वस्वी नव्या वातावरणात स्वतःला सिद्ध करायचं असतं.

अभ्यासेतर विविध गोष्टींमध्ये ज्यांना रस आहे त्यांच्यासाठी कॉलेजचं वातावरण पूरक असतं. मुलांमधल्या कलागुणांना इथे वाव मिळू शकतो. नाटकाची आवड असेल तर नाट्यमंडळं असतात. कस लावणाऱ्या नाट्यस्पर्धा असतात, ज्यात कल्पना, संहितालेखन इथपासून ते चित्रकला-शिल्पकला-संगीत-वाद्यवादन इथपर्यंत कलागुणांना संधी असू शकते.

ज्यांना खेळांची आवड आहे त्यांना इथेही आपली चमक दाखवता येऊ शकते. बैठे खेळ, मैदानी खेळ असतात. काही कॉलेजांमध्ये एन.सी.सी.ची परेड असते. वेगवेगळे खेळ खेळणारेही कॉलेज लेव्हलच्या स्पर्धांमध्ये भाग घेऊ शकतात. कॉलेजची एक टीम असते. त्यातून मुलांना वरच्या स्पर्धांमध्ये जायची संधी मिळू शकते.

कॉलेजमध्ये बहुधा ट्रेकिंगचे ग्रुप नसतात, पण समान आवडीच्या मित्र-मैत्रिणींचा असा ग्रुप होऊ शकतो. एन.एस.एस.च्या माध्यमातून सामाजिक कामं करण्याची चांगली संधी मिळते. यातून विविध क्षेत्रांतल्या सामाजिक कार्यकर्त्यांशी ओळख होऊ शकते.

कॉलेजच्या विविध शाखांतर्फे तज्ज्ञांची व्याख्यानं, कार्यशाळा आयोजित केल्या जातात. यामध्ये शास्त्रज्ञ, उद्योजक, बँकिंग क्षेत्र, लेखक-पत्रकार, नेते, अभिनेते असतात. या सर्व गोष्टी मुलांसाठी चालू असतात. याचीही जाणीव मुलांना करून दिलेली बरी. विषय समजून घेताना अडचणी आल्या किंवा एखाद्या विषयात सखोल काम करायचं असेल तर अशा कार्यक्रमांचा नक्कीच उपयोग होतो. कारण कार्यक्रम असतात पण मुलं तिथे नसतात. असा कारभार बऱ्याच ठिकाणी चालतो.

आपल्या गावाबाहेर, परराज्यातही आवडीच्या काही कार्यक्रमांना मुलांना पाठवावं. शिक्षण, कला, खेळ या निमित्ताने एक ध्येय घेऊन मुलं जितकी फिरतील तेवढं त्यांचं क्षितिज विस्तारेल. अनुभव घेऊन मुलं स्वत:च शहाणी होतील. चांगल्या-वाईट वाटांवर स्वत:च निर्णय घ्यायला शिकतील. कॉलेजमध्ये 'कम्पल्सरी' अशा गोष्टी फारच कमी असल्याने मुलं तिथे असतच नाहीत. त्यापेक्षा कॅण्टीनमध्ये वेळ सत्कारणी लागतो, असं त्यांना वाटतं. त्यामुळे कॉलेजची खरी ओळख त्यांचं तिथे पाऊल पडण्याआधी घरातल्या कोणी तरी करून दिलेली जास्त चांगली.

हल्ली बऱ्याच मुलांचा असा समज असतो की कॉलेजमध्ये काय, काहीही केलं तरी चालतं. अभ्यास केला नाही तरी चालतो. नुसतं कॉलेजला जायचं. कॅण्टीन किंवा हॉटेलमध्ये जाऊन गाणी ऐकत टाइमपास केला तरी चालतो. अशी उदाहरणं मुलं आसपास बघत असतात. सिनेमांमधून तर हेच दाखवलं जातं. कॉलेजच्या पार्श्वभूमीवरचा सिनेमा असतो, त्यात अभ्यास सोडून सगळ्या गोष्टी असतात. त्यात प्रेम असतं, गुंडगिरी असते. अनेकदा शिक्षकांविषयी अनादर असतो. कॉलेजमध्ये सगळं असंच चालतं अशी त्यांची कल्पना असते. ती उराशी घेऊन काही मुलं कॉलेजला दाखल होतात. जसा ग्रुप मिळेल तशी ती वाहवत जाण्याचा संभव असतो.

आजपर्यंत कॉलेजच्या वातावरणाने कित्येक कलाकार, खेळाडू, नेते तयार केले आहेत. शाळेत न चमकलेले कित्येकजण कॉलेजच्या स्वतंत्र वातावरणात फुलतात. त्यांची कारकीर्द इथेच घडते. मोठ्या कलाकार-खेळाडूंच्या मुलाखतींतून या गोष्टी स्पष्ट झाल्या आहेत. अशा सकारात्मक गोष्टी मुलांसमोर ठेवण्याचं काम पालकांनी करायला हवं. त्यांच्यासमोर उद्देश ठेवावा. छोटी-मोठी ध्येयं नजरेसमोर उभी करावीत. पुढची वाट त्यांनीच त्यांची चालायची आहे. पण चालता-चालता

वाकडं वळण आलं तर निदान त्यांना ही ध्येयं आठवतील, आपल्याला इथे काय करायचं आहे हे लक्षात येईल.

कित्येक कुटुंबांचा सांस्कृतिक गोष्टींशी फारसा संबंध आलेला नसतो. मात्र, मुलांमध्ये ही बीजं असू शकतात. अशा कुटुंबांनी तर या सगळ्या गोष्टी मुलांशी आवर्जून बोलायला हव्यात. असं झालं तर मुलं योग्य संधी शोधतील.

कॉलेजच्या मोकळ्या वातावरणात मुलांना स्वत:चा शोध लागू शकतो. आपण नक्की कसे आहोत, आपल्याला काय आवडतं, आपल्याला पुढे काय करायचं आहे, हे सगळं मुलं कॉलेजमध्ये ठरवू शकतात. हे दिवस पुन्हा फिरून येत नसतात. एकदा कॉलेजचे दिवस संपले की नोकरी-व्यवसाय यांच्या व्यावहारिक जगात त्यांना आयुष्यभर अडकायचं असतं, व्यवहार बघायचे असतात. आतासारखा वेळ त्यांना पुढे मिळेल की नाही हे सांगता येत नाही. म्हणून खरं तर हा वेळ स्वत:ला शोधण्यासाठी द्यायला हवा.

■

(१७) त्यांची फ्रेंडशिप

आतापर्यंत मुला-मुलींच्या दृष्टीने कुटुंब हेच सर्वात महत्त्वाचं असतं. पण वाढत्या वयात मित्रप्रेम हे 'मित्रव्यसना'त रूपांतरित होतं. जगात आपल्या जवळचं जर कोणी असेल तर ते म्हणजे आपला जवळचा मित्र किंवा मैत्रीणच, असं ठामपणे वाटायला लागतं. एक मजेदार गोष्ट म्हणजे मुलं ज्यांच्याशी मैत्री करतात ते सर्वज्ञ आहे, असं त्यांना वाटतं. त्यांचेच सल्ले ऐकावेसे वाटतात. पालकांनी काही सांगितलं तर ते धुडकावून लावावंसं वाटतं. हे सगळं आऊटडेटेड आहे असं वाटतं. पण ती सूचना अतिशय प्रिय मित्र/मैत्रिणीने केली तर मात्र लगेच ऐकलं जातं. उदाहरणार्थ, तुला हा ड्रेस चांगला दिसत नाहीत, असं पालकांनी सांगितलेलं मुलांना मुळीच आवडत नाही; पण 'ड्रेस जरा चेंज कर ना' असं मित्र/मैत्रिणी म्हणतात, तेव्हा त्यांना लगेच पटतं. आपण आपल्या भूतकाळात, कॉलेजच्या वयात थोडं डोकावून बघितलं तर जाणवेल, की आपल्याकडूनही कळत-नकळत या गोष्टी घडल्या होत्याच.

आपल्याला छान मित्र-मैत्रिणी असावेत असं प्रत्येकाला वाटतं– मग मुलं-मुली याला अपवाद कशी असतील? सतत आपल्या मित्र-मैत्रिणींशी गप्पा माराव्यात, लांब फिरायला जावं, एकत्र अभ्यास करावा, अभ्यास करता करताही गप्पाच चालू असाव्यात, एकमेकांच्या घरी जावं, कोणत्याही क्लासला, नव्या कोस सना, खेळायला जावं, असं वाटत असेल तरी त्यांच्याबरोबरच असावं असं वाटतं शिवाय घरी आल्यावर

व्हॉटस्‌ॲप, फेसबुकवरून मित्र-मैत्रिणींशीच बोलत राहावं, हेही या वयात फारच वाटतं. याचं कारण म्हणजे

आपल्याच वयाच्या माणसांबरोबर वेळ घालवावा, ही या वयाची प्राथमिक गरज असते. आपल्याशी ज्यांची वेव्हलेंग्थ छान जुळली आहे अशांच्या सहवासात सारखं राहावंसं वाटतं. मित्र-मैत्रिणींचा गट म्हणजेच सर्वस्व असं वाटतं. कारण या गटात आपल्याला सल्ला देण्याच्या, उपदेश करण्याच्या भानगडीत कोणी पडत नाही. आपला मित्र किंवा मैत्रीण जशी असेल तशी स्वीकारली जाते.

पालक किंवा शिक्षक असं करत नाहीत. मुलांच्या वागण्यावर शिक्षक किंवा पालक बहुतेकदा नाराजच जास्त असतात. त्यांना ते सतत सूचना देत असतात. मुलांचं काही ना काही त्यांना खटकत असतं. मित्र-मैत्रिणींच्या कंपूत असं काहीच घडत नाही. कोणी कोणाला धाकात ठेवत नाही, उपदेश करत नाही, म्हणून आपल्या कंपूतच मोकळं वाटतं, बरं वाटतं. अर्थात याचा अर्थ या कंपूत भांडणं होतच नाहीत असं नाही. एखाद्या मित्र किंवा मैत्रिणीने दिलेला सल्ला विरोधी असू शकतो. पण समजा, भांडणं झाली तर सहज कट्टी घेतली जाते. मित्रांना 'टाटा' करता येतो. पालकांचं विरोधी मत असलं तरी त्यांना टाळता येत नाही.

कारण मित्र-मैत्रिणी असतात म्हणून तर आयुष्यात, खरं म्हणजे 'लाइफ'मध्ये मजा असते. अनेकदा तर मित्र-मैत्रिणींमुळे मुलांच्या अभ्यासाला, करियरला चांगली दिशा मिळते. काही वेळा मैत्री आयुष्यभरासाठी साथ देते. या वयातली मैत्री निःस्वार्थी असते. विशी-पंचविशीनंतर अर्थार्जन, इतर जबाबदाऱ्या यांचा प्रभाव मैत्रीवरही पडतो. टीनएजमध्ये जशी निखळ मैत्री होते, नंतरच्या काळात तशी मैत्री होईलच याची काही खात्री नसते. आपणही आपल्या मुला-मुलींच्या मैत्रीकडे या दृष्टिकोनातून पाहिलं पाहिजे; अर्थातच पालक म्हणून सावध राहूनच!

कधी कधी मैत्रीचे तोटे असतात. मित्र-मैत्रिणींची विचार करण्याची पद्धत चुकीची असते, त्यांचे स्वभाव वेगळे असतात. त्यांची ध्येयं संपूर्णपणे वेगळी असू शकतात. अशा परिस्थितीत आपली मुलं त्यांच्याबरोबर वाहवत जाण्याचा धोका

मोठा असतो. अशाने आयुष्य भरकटत जाऊ शकते. आपल्या मुला-मुलींमध्ये काही बदल घडवून आणावे असं वाटत असेल तर त्यांच्या मित्र-मैत्रिणींशी आपली मैत्री व्हायला हवी, पण हे नेहमीच शक्य आहे असं नाही. सगळ्यांच्या हिताचं मात्र नक्कीच आहे. मुलांचे मित्र-मैत्रिणी कोण असावेत हे आपण ठरवण्याच्या फंदात पडू नये. ते शक्यही नाही. पण वेगवेगळ्या आवडी-निवडी जोपासणारे मित्र असावेत. एखादा चांगला छंद असणारे मित्र असावेत. यासाठी आपण मुलांना प्रोत्साहन तर नक्कीच देऊ शकतो.

खास आवडी, विविध कला, छंद, खेळ या संदर्भांत ज्यांच्याशी मतं जुळतील त्यांच्याशी मुलांची मैत्री होते. थोडक्यात काय, तर फावला वेळ काढणं आणि तो घालवणं यात समान धागे जुळले की मैत्री होते. उदाहरणार्थ, बरीचशी मुलं भरपूर सिनेमे बघतात, पण आवर्जून नाटकांनाही जातात. रात्री टाइमपास करतात, पण सकाळी गिर्यारोहणासाठीसुद्धा जातात. आपली मुलं यातलं काय करतात, हे बघण्यातून आपलाही मुलांविषयीचा जी.के. नक्कीच वाढेल.

मुलांना जो विषय आवडतो, ज्या विषयाकडे त्यांचा जास्त कल आहे, त्या विषयाचे शिक्षक, तज्ज्ञ याविषयी त्यांना सांगत राहावं. त्या विषयातले वर्कशॉप्स, अभ्यास सहली यांना पाठवावं. त्यांच्या मित्र-मैत्रिणींनाही त्यांच्या आवडीच्या विषयाबद्दल सांगत राहावं.

मैत्री खूप महत्त्वाची असते. त्याची मजा मुलांनी घ्यायलाच हवी. शाळेतली मैत्री अशी टिकतेच असं नाही. वेगळ्या वाटा झाल्या की मित्रमंडळी वेगवेगळ्या दिशांना जातात, पण कॉलेजमधली मैत्री टिकू शकते. इथे मैत्रीत व्यवहार नसतात. एकत्र शिकायचं, एकत्र अभ्यास करायचा. परीक्षा द्यायच्या. आवडीनुसार वेगवेगळ्या ग्रुप्समध्ये सामील होऊन काम करायचं. मैत्रीखातर इतर अनेक गोष्टी कराव्या लागतातच. त्यामुळे एकमेकांमध्ये खास बंध तयार होतात. अशा मैत्रीमध्ये जात, धर्म आड येत नाही. सामाजिक परिसर, कुटुंब आड येत नाही. इथे सगळे समान पातळीवर असतात. एकमेकांचे विचार, आवडीनिवडी जुळल्या की मैत्री होते. मैत्री ही आपल्याला समृद्ध करू शकते. मैत्रीमुळे स्वत:चा शोध घेणं जास्त सोपं होतं. म्हणूनच मुलांना मैत्री करू द्यावी, मात्र आपलंही तिकडे लक्ष असावं.

■

१८ घरातला ताण

घर ही एक अशी जागा असायला हवी, जिथे सर्वात छान वाटेल. कोणतीही समस्या आली तरी घरच्या कोणाशी तरी बोललं तर बरं वाटलं पाहिजे. ही जबाबदारी घरातल्या सगळ्यांची असते. घर ही सर्वात सुरक्षित जागा असते, असायला हवी. मुलांना त्यांच्या जन्मापासून ओळखणारी, त्यांचं कौतुक करणारी, त्यांच्या आजारपणात त्यांना हवी ती मदत करणारी, त्यांना हवं ते खाऊ-पिऊ घालणारी माणसं इथेच असतात. मुलांना खरं प्रोत्साहन घरानेच दिलेलं असतं. हीच जबाबदारी त्यांना पुढेही निभावायची असते.

अमेरिकन संस्कृतीत काही मुलं चौदा-पंधरा वर्षांची झाली की आई-बाबांपासून, घरापासून दूर होतात. ती छोटं-मोठं काम करून आपल्या पायावर उभी राहतात. आपल्याकडे तसं नाही. उलट, या वयात मुलांना घरानेच सामावून घ्यायला हवं. मुलांना बाहेरची ओढ असणारच आहे. ती ओढच त्यांची प्रगती घडवून आणणार असते. त्यामुळे शिक्षणासाठी बाहेर जावं, एखादं काम स्वीकारावं, स्वतःपुरते पैसे मिळवावेत यात काही गैर नाही. मित्रमंडळी जमवावीत. मजा करावी. मात्र, ज्या वेळेस एखादी कोणतीही छोटी मोठी समस्या येईल त्या वेळी त्याला/तिला घरी यावंसं वाटलं पाहिजे. त्यांच्यासाठी घराची आणि आई-बाबांच्या मनाची दारं उघडी असायला हवीत. ही झाली आदर्श स्थिती. आपल्या मुलांसाठी तशी स्थिती निर्माण करता आली तर चांगलंच. कधी कधी मात्र इच्छा असूनही घरातच समस्या निर्माण होतात. याचा परिणाम मुलांवर होतो.

प्रत्येक घरात वेगवेगळ्या कारणांवरून ताण असतात. कधी बाहेरची परिस्थिती तणावाला कारणीभूत असते, तर कधी खुद्द घरातली. काही घरांमध्ये अनेक माणसं राहत असतात. वेगवेगळ्या वयोगटांची, वेगवेगळ्या स्वभावांची. त्यांच्यात गोडी असेल तर त्यासारखं घर नाही. अशा घरांमध्ये मुलाचा खूपच चांगला विकास होतो. पण त्यांच्यात खूप विसंवाद असेल तर घराच्या अशांततेचं, अस्वस्थतेचं तेच कारण होऊन बसतं. सततचे वादविवाद होत असतील तर मुलांच्या मनावर याचे दुष्परिणाम झाल्याशिवाय राहत नाहीत. अशी कित्येक उदाहरणं दिसून येतात.

अशा मुला-मुलींचं सामाजिक आणि भावनिक समायोजन नीट होत नाही. काही घरांमध्ये मुलं आणि आई-बाबा असतात, तर काही घरांमध्ये आई किंवा बाबा कामानिमित्त बाहेर, परदेशात असतात. सहा महिने, वर्षभरसुद्धा एकमेकांची भेट होत नाही. अशा वेळी त्या तात्पुरत्या अवस्थेतल्या का होईना, सिंगल पेरेंटवर खूप ताण पडतो. इतर ताण सहन करून मुलांना नीट वाढवायचं, कायम त्यांची काळजी घ्यायची, हा दुहेरी-तिहेरी ताण त्याच्यावर पडतो. कधी घरांमध्ये जमीन, पैसे, इस्टेट यावरून वाद असतात; कधी गरिबी, आजारपण ही कारणं असतात. माणसांच्या स्वभावांमध्ये, विचार-आचारांमध्ये प्रचंड तफावत, हेही कधी कधी भांडणाचं कारण असतं. इथे फक्त काही अगदी थोड्या परिस्थितीबद्दल सांगितलं आहे. प्रत्यक्षात यापेक्षा किती तरी जास्त प्रमाणात घरांमध्ये, नात्यांमध्ये समस्या असतात.

मुलं जोपर्यंत लहान असतात तोपर्यंत त्यांना आपलं घर काही तरी वेगळं आहे हे कळतं. त्यांना त्यांच्याही नकळत वातावरणाचा ताण येत असतो, हे लक्षात घ्यायला पाहिजे. मोठे होतील तसतसे ते या ताणाचा स्वतःच्या परीने, बुद्धीने, कुवतीने अर्थ लावतात. टीनएजच्या सुरुवातीच्या काळात ते या विसंवादाचं तात्कालिक कारण शोधायला जातात. ते त्यांना लगेचच सापडतं. हळूहळू अशा समस्यांची इतर काही वेगळी, छुपी कारणं समोर येऊ लागतात. वाक्यांचे आणि

वागण्याचे अन्वयार्थ लागायला लागतात. एखाद्या जवळच्या व्यक्तीबद्दल मन कलुषित होतं. म्हणजे नक्की काय? मी हे समजते/समजतो त्यापेक्षा हे सगळं वेगळंच आहे, अशी जाणीव त्रास द्यायला लागते.

उदाहरणार्थ, आपली आई रागावते, बाबांचा राग करते हे त्यांना कळतं. कारण त्यांना ते समोरच दिसत असतं. केव्हा तरी त्यांना कळतं, की बाबा रोज ड्रिंक्स घेऊन घरी येतात म्हणून आई रागावते. मग आईच्या रागावण्याचा अर्थ बदलतो. नंतर केव्हा तरी त्यांना असंही कळतं, की पूर्वी ड्रिंक्स घेऊन आल्यावर बाबांनी आईचा खूपच छळ केलेला आहे. हे कळल्यावर तर बाबांची प्रतिमाच बदलते. आपल्यावर प्रेम करणारे बाबा कुठे आणि आईचा छळ करणारे बाबा कुठे, असा गोंधळ सुरू होतो. कुठले बाबा खरे मानायचे, हा प्रश्न पिच्छा सोडत नाही.

आपल्या आईचं घर सोडणं हे ए-बी-सी या कारणांमुळे आहे हे माहीत असतं. त्यांच्याशी समायोजन करून झालेलं असतं. अचानक वाढत्या वयात इतरही काही कारणं कळतात. कधी ती आईच्या बाजूने जाणारी कारणं असतात. तसं झालं तर आईला झुकतं माप मिळतं. तर कधी आई अजूनच वाईट ठरेल अशी नवी नवी कारणं कळतात. लहानपणापासून आईचे गोडवे गाणाऱ्या शेकडो कविता अन् गोष्टी ऐकलेल्या असतात अशा परिस्थितीत आपलीच आई अशी कशी हा प्रश्न उसळी मारून वर येतोच.

मुलांची अशी एक भाबडी आशा असते, की आपले आई-बाबा अगदी आदर्श असावेत. जगातले सर्वात चांगले आई-बाबा असावेत. मुलं मोठी व्हायला लागली की त्यांच्यातली विश्लेषणक्षमता जागी होते. मुलं परिस्थितीचं विश्लेषण करतात. स्वतःचं विश्लेषण करतात तसंच आई-बाबांचं करतात. या मंथनातून त्यांना अपेक्षित अशी समीकरणं जुळत गेली, आई-बाबांच्या 'कथनी' आणि 'करनी'मध्ये फरक नसला तर मुलांचा त्रास संपतो. ते आसपासच्या नव्या मैत्रीसंबंधांशी चांगल्या प्रकारे जुळवून घेऊ शकतात.

दत्तक मुलंही अस्तित्वविषयक प्रश्नांनी पिडलेली असतात. ज्या आई-

बाबांनी आपल्याला सांभाळलेलं असतं, प्रेम केलेलं असतं, आपल्याला चांगल्या सवयी लागाव्यात, आपण चांगलं शिक्षण घ्यावं म्हणून वेळोवेळी रागावलेलं असतं, त्यांच्याऐवजी टीनएजरचं वेडं मन जे आई-बाबा जवळ नाहीत, कुठे आहेत ते माहीतही नाही, अशा नसलेल्या आई-बाबांबद्दल विचार करत राहतं. समोर असलेल्या आई-बाबांना डावलून जे नाहीत त्यांच्यामागे धावतं. यात 'आज'चा विचारच होत नाही. तो करायला मनाला वेळच मिळत नाही.

मुळातच या वयातल्या मुला-मुलींना मी कोण, मी कसा, मी अशी कशी, माझं पुढे काय– असे हजारो प्रश्न पडलेले असतात. त्या प्रश्नांची समाधानकारक उत्तरं शोधण्याच्या प्रयत्नात ते असतात. तीसुद्धा त्यांना मिळत नाहीत. त्यात आई-बाबा, त्यांच्यातले विसंवाद, इतर अनेक आणि किती तरी गोष्टी यांचा डोक्यात नुसता गुंता होऊन जातो.

असंच एक घर. आई-बाबा, मोठा मुलगा आणि छोटी मुलगी असं एक चौकोनी कुटुंब. नव उच्च-मध्यमवर्गीय. घरात आई-बाबांची सतत भांडणं व्हायची. मुलगा मोठा होता त्यामुळे त्याला कळत होतं. भांडणांमुळे तो खूप अस्वस्थ व्हायचा. त्याचं अभ्यासात लक्षच लागायचं नाही. अभ्यासाला बसलं की आई-बाबांनी एकमेकांवर केलेले दोषारोप कानांत गुंजत राहायचे. मन एकाग्रच व्हायचं नाही. तो अभ्यासात खूपच मागे पडत गेला. त्याला घरात थांबणं नकोसं झालं. पण करणार काय? बहीण लहान होती. ती तिचा अभ्यास करत राहायची. आई-बाबांच्या भांडणांमुळे ती अस्वस्थ व्हायची; पण लहान असल्यामुळे अर्थ कळायचा नाही. त्यामुळे खोलीत आलं की अभ्यास करायला तिला काही अडचण यायची नाही. तो मात्र केवळ आई-बाबांमुळे मागे पडला. आता आई-बाबांना भांडायला नवं कारण मिळालं- त्याचे कमी मार्क. बाबा आईवर ढकलून मोकळे व्हायचे. तर आई म्हणायची, तुम्ही घरात नसता म्हणूनच असं झालंय. हे कुटुंब ठोस उपायांकडे कधी गेलंच नाही. मुलाला हजारो रुपयांचे क्लास लावले, पण घरात साधी शांतता आणणं या दोघांना अजूनही जमलेलं नाही. मुलाचं अवघं भावविश्वच कोळपलंय. त्याला या घरात राहावंसंच वाटत नाही.

मुलांसाठी म्हणून आई-बाबांना ही एक गोष्ट करता येत नाही याचं खूपच आश्चर्य वाटतं.

हे अजून एक उदाहरणही उच्च सुशिक्षित वर्गातलं आहे. खूप श्रीमंत वस्तीतला एक बंगला. एकत्र कुटुंब. कशालाच कमी नाही, पण नातं मात्र बिनसलेलं. यांना दोन मुलं. मुलांपैकी एक नववीला, एक सहावीला असतानाची घराची परिस्थिती अतिशय बिघडलेली होती. या दोन मुलांचे बाबा आणि बाबांची आई यांच्यात कमालीची भांडणं होती, तीदेखील पैशांवरून. ही मुलं रोज घरात आजी आणि बाबा यांची भांडणं ऐकायची. एकमेकांच्या अंगावर धावून जाईपर्यंत ही भांडणं जायची. दोघांचे आवाज बंगल्याबाहेर दुमदुमत राहायचे. दुसऱ्या दिवशी मित्र-मैत्रिणी विचारायचे, 'काय रे, काय चालतं तुमच्या घरात? केवढे आवाज येत होते काल रात्री!' त्या दोघांना अतिशय ओशाळं व्हायचं. धाकट्याच्या मनावर याचा खूप परिणाम झाला. तो कुणाशीच बोलेनासा झाला. घरातून बाहेर पडलं की लोक फक्त आजी आणि बाबांबद्दलच बोलताहेत असं वाटायचं. एकदा तर गमती गमतीत ही गोष्ट घराशेजारी राहणाऱ्या मित्राने क्लास टीचरला सांगितली, तेही भरवर्गात. ह्याला नंतर शाळेतही जायला नको वाटायला लागलं. तो एकलकोंडा झाला, कुढा झाला. आजी वारली तेव्हाच हे सगळं संपलं; पण त्याच्या मनावर ओरखडा उमटला तो कायमचाच.

कुठलंही घर हे टेन्शनप्रूफ नसतं. प्रत्येकाला चिंता असतात. या चिंतांचं प्रमाण कदाचित कमी-जास्त असेल. आपल्या घरातली माणसं भांडत आहेत, घरात कसली तरी चिंता आहे, हे मुलांना कळतं, पण त्यामागचं खरं कारण कळतंच असं नाही. जर हे कारण कळलं नाही तर मुलांवर जास्त ताण येतो. कारण ते तर्क करत राहतात. घरात अशा प्रकारचे ताण असू शकतात. मात्र, ते ताण वाढू नयेत हे महत्त्वाचं आहे. तसंच ताणांचा निचराही झाला पाहिजे. काही गोष्टी आपण बदलू शकत नाही, पण निदान त्याची अतिशय मोकळेपणाने चर्चा आपल्या मोठ्या झालेल्या मुलांशी करायला पाहिजे.

एका घरात बारावीतला मुलगा आणि दहावीतली मुलगी, आई-बाबा राहत होते. दोघांचे शिक्षणाचे मोठे खर्च होते. अचानक आर्थिक परिस्थितीमध्ये समस्या सुरू झाल्या. व्यवसायात नुकसान होऊ लागलं. सुरुवातीला आई-बाबांनी मुलांपासून हे लपवण्याचा खूप प्रयत्न केला, पण घरातली टेन्शन्स वाढायला लागली. एक दिवस आई-बाबांनी मुलांना जवळ बोलावून परिस्थितीची कल्पना

दिली. मुलांनी हा प्रश्न नीट समजावून घेतला आणि आपापल्या परीने योग्य हातभार लावला.

अशा पद्धतीने घरात प्रश्न कोणताही असो, मुलांशी तो बोलता आला पाहिजे. वाढत्या वयातल्या मुलांना परिस्थितीशी दोन हात कसे करायचे याचंही शिक्षण मिळायला हवंच.

मुलं घराला, घरातल्यांना, त्यांच्या वेगवेगळ्या स्वभावांना सरावलेली असतात. आई कशी वागते, बाबा कसे वागतात, आपल्या एखाद्या वागण्यावर त्यांच्या काय काय प्रतिक्रिया असतात याचा अंदाज मुलांना असतो. मात्र, जसजशी ती मोठी होतात तसा त्यांचा परीघ वाढतो. आपल्या घराबरोबरच इतर अनेक घरांशी, त्यातल्या कुटुंबीयांशी मुलांचा संबंध येत असतो. साहजिकच त्या घरांची आपल्या घराची तुलना होत असते. आपल्या घरातली माणसं नि त्या घरातली माणसं यांचीही तुलना होत असते. आता त्यांची स्वतंत्र मतं तयार होत असतात. न सापडलेल्या प्रश्नांची उत्तरं मुलं मागत असतात. ती मिळाली नाहीत तर ते स्वत:च्या मनाने, त्यांना योग्य वाटेल तो अर्थ लावतात. मुलं मोठी होत असतात, तेव्हा याची जाणीव आई-बाबांनी ठेवायला हवी.

आपल्या घराची एक प्रतिमा मुलांच्या मनात पक्की झालेली असते. या प्रतिमेत घराचं निश्चित स्थान असतं. या स्थानावर आधारित स्वत:चं समाजातलं स्थान मूल ठरवत असतं. माझे आई-बाबा 'कोण' आहेत यावर त्यांचा अहं सुखावत किंवा दुखावत असतो. कधी कधी आई-बाबांकडे असलेला भरभक्कम पैसा, समाजातली प्रतिष्ठा यामुळे काही मुला-मुलींमध्ये अहंगंड तयार होतो. वास्तविक आई-बाबांच्या यशाचं श्रेय त्यांना जात नसतं; पण तरीही जणू काही आपलेच हात गगनाला भिडले आहेत, असं त्यांना वाटतं. कधीकधी ही एक समस्या होते. अशी मुलं-मुली निष्क्रिय होतात. मी म्हणजे अतिशय भारी, हेच त्यांच्या मनात असतं. त्यामुळे त्यांची प्रगती खुंटते. खूप प्रतिष्ठित घरांतली मुलं-मुली कॉलेजमध्ये व्यसनी झालेले दिसतात. आपण आपल्या पालकांप्रमाणे नाही, अशी भावनाही कुठे तरी मनात निर्माण होत असते. स्वत:कडून अपेक्षित कामगिरी झाली नाही की मुलांच्या मनात स्वत:बद्दल हीनतेच्या भावना येऊ लागतात.

तर दुसरीकडे काही मुला-मुलींच्या मनात याच्या अगदी उलट प्रक्रिया होत

असते. आपले आई-बाबा सामान्य आहेत, त्यांच्याकडे सामाजिक प्रतिष्ठा नाही, घर चांगलं नाही, यामुळे त्यांच्या मनात न्यूनगंड तयार झालेला असतो. या परिस्थितीमुळे आपण इतरांपेक्षा कमी आहोत, अशी अतिशय घातक जाणीव निर्माण झालेली असते. हे असं आहे म्हणून माझी प्रगती शक्य नाही, असंही वाढत्या वयात वाटू शकतं. अशा वेळेला मुला-मुलींनी स्वतःवर कमालीचा विश्वास दाखवला पाहिजे. मनाच्या या अवस्थेतून बाहेर आलं पाहिजे. आपलं कुटुंब आणि कुटुंबीय कसेही असले तरी आपलं आयुष्य आपण घडवायचं आहे, हा निर्धार त्यांच्या मनात निर्माण व्हायला हवा.

समाजात विषमता असते, भेद असतात. आपला समाज बहुजिनसी असल्याने भाषा, प्रदेश, त्यांच्या विशिष्ट चालीरीती, वेगवेगळ्या परंपरा एकाच वेळी घराघरांतून नांदत असतात. धार्मिक, जातीय भेद, आर्थिकदृष्ट्या श्रेष्ठ-कनिष्ठतेचे भेद, शहरी-ग्रामीण, किती तरी भेद करता येतात. मुलांच्या मनात स्वतःत विश्वास निर्माण करणं महत्त्वाचं. त्यांनी त्यांच्या बुद्धीने त्यांच्यासमोर असलेल्या प्रसंगातून वाट काढायला शिकायचं आहे, ही जाणीव आता रुजवायला हवी. आपल्या भविष्याचा विचार करताना या भेदांच्या पलीकडे जायला शिकलंच पाहिजे. कारण विविधता असली तरी एकता, हे एक महत्त्वाचं सूत्र आहेच.

अमुक एक परिस्थिती आहे, 'आता मी काय करू शकतो? मी काहीच करू शकत नाही,' असं म्हणून हातावर हात ठेवून बसण्यातून काहीच साध्य होणार नाही. भेद कोणतेही असोत, त्यांवर मात करता आली पाहिजे. हीच खरी शिकवण मुलांना द्यायला हवी.

■

(१९) मुलींची जात

आपल्या समाजात काही सन्माननीय घरं सोडली आणि संपूर्ण समाजाचा विचार केला तरी मुलींना मुलांपेक्षा कमी दर्जा देण्याची परंपरा आहे. ही परंपरा आजही कित्येक घरांमध्ये जपली जातेय. अगदी आहार, शिक्षण, कोणत्याही संधीमध्ये भेदभाव, हे मुलींना लहानपणापासून सहन करावं लागतं. यामुळे आपण मुलांपेक्षा नक्कीच कमी आहोत, याची त्यांना पक्की खात्री करून दिलेली असते. मुलींचं वय वाढत जातं, त्यांना कळतं तसं हा भेदभाव त्यांच्या लक्षात येतो. त्यांच्या मनाची जडणघडण तशीच झालेली असते. घरातल्या पुरुषांनी, बाबा-काकांनी बनवलेल्या नियमांमध्ये राहायचं, फार पुढे पुढे करायचं नाही, आपल्या मतांना-आवडीनिवडींना मुरड घालत राहायचं, अशी दुय्यम मानसिकता तयार होते. हे समाजाच्या सोयीचं आहे, अशी स्वतःची समजूत पालक घालत असतात. मुलींना जाणूनबुजून दुसऱ्या क्रमांकावर ठेवलं जातं.

२०१४मध्ये राष्ट्रीय नमुना सर्वेक्षणात केलेल्या एका पाहणीनुसार स्त्रियांच्या मानसिकतेवर प्रकाश टाकला गेला आहे. शहरी भागात तब्बल ६४% स्त्रिया केवळ गृहिणी म्हणून काम करतात. या स्त्रिया केवळ घरातील जबाबदाऱ्या सांभाळतात. भरपूर शिकूनही त्यांना नोकरी करता येत नाही किंवा स्वतःचं करियरही करता येत नाही. लग्नाआधी या मुली शिक्षण, नोकरी करत असतात. लग्न झाल्यावर काही काळ नोकरी चालू राहते, पण मुलं झाल्यावर मात्र नोकरी संपते. काही स्त्रिया मुलं मोठी झाल्यावर पुन्हा नोकरी करायची आहे,

असं म्हणतात. त्यापैकी काही स्त्रिया अतिशय जिद्दीने कामावर परततात किंवा नवीन काम शोधतात. अशा स्त्रियांचं प्रमाण फक्त ३६% आहे. पण बहुसंख्य स्त्रिया पुन्हा काम स्वीकारत नाहीत. 'मी हे माझ्या मर्जीने स्वीकारलं आहे' असं त्या म्हणतात. मी शिकले आहे, खूप मनापासून अभ्यास करून माझ्या आवडीच्या क्षेत्रात मी काम करत आहे, यापुढे आम्ही दोघं मुलं सांभाळू आणि दोघं काम करू, असं म्हणणाऱ्या मुली फारच थोड्या. त्यांची ही मानसिकता कशामुळे तयार होते? स्वतःच्या कामाकडे त्या दुय्यम नजरेनेच का बघतात? त्यांना दुय्यमतेची सवयच होऊन जाते.

सर्वेक्षणात असं दिसलं, की ग्रामीण भागात स्त्रियांनी रोज कामासाठी बाहेर पडण्याचं प्रमाण ४०% आहे– म्हणजे शहरी भागापेक्षा जास्त. हे कशामुळे? तर शहरातली शिक्षित स्त्री घर सांभाळण्यासाठी घरी बसते, पण ग्रामीण स्त्री घर चालवण्यासाठी बाहेर पडते. आपल्या समाजातल्या स्त्रियांच्या स्वातंत्र्याची ही कथा आहे. या स्त्रियांची मानसिकता अशी असण्याचं कारण म्हणजे तिचं घर, तिचे पालक. तिच्या पालकांनी मनाला मुरड घालण्याचं प्रशिक्षण दिल्यामुळे ती आयुष्यात प्रगती करू शकत नाही. लग्न आणि मुलं हीच आयुष्याची इतिकर्तव्यता समजणाऱ्या स्त्रिया या समाजानेच जन्माला घालून वाढवलेल्या आहेत.

आपल्या समाजात प्रमुख पक्षांच्या अध्यक्षा स्त्रिया असू शकतात. लोकसभा अध्यक्ष, राष्ट्रपती, बँकेच्या अध्यक्षा, कॉर्पोरेट कंपनीच्या सीईओ वगैरे मोठ्या स्थानांवर स्त्रिया असतात. पण दुसरीकडे आपली स्व-विकासविषयक स्वप्नं मोठ्या प्रेमाने बासनात बांधणाऱ्याही मुलीच मोठ्या प्रमाणात आहेत. आपण पी. टी. उषा, मेरी कोमचं कौतुक करतो. आता हे कौतुक प्रत्येक घरात प्रत्यक्ष कृतीत आणण्याची गरज आहे.

इंद्रा नुयी यांच्या म्हणण्यानुसार ज्या स्त्रिया मोठ्या जिद्दीने मुलं झाल्यानंतरही आपली पदं सांभाळतात, कामाला योग्य न्याय देतात, त्यांच्याही मनात द्वंद्व चालू असतं. त्यांच्यामागे लागलेल्या घरच्या जबाबदाऱ्या कधीच संपत नाहीत. कित्येक महिला तर 'मुलांना वेळ देऊ शकत नाही' या अपराधी भावनेत जगत असतात, तर कित्येकजणी सुपर वूमन होण्याच्या नादात स्वतःकडे दुर्लक्ष करत असतात.

घरातल्या मुलाला एक न्याय आणि मुलीला एक न्याय देण्यापेक्षा दोघांना समानतेने वाढवायला हवं. आपला मुलगा मोठा होईल, उद्या त्याचं लग्न होईल, तेव्हा तो 'नवरोजी' न होता उत्तम नवरा कसा होईल याचं शिक्षण घरातूनच मिळायला हवं. मुलीला जर समानतेने वाढवलेलं असेल तर तीदेखील आपली प्रगती ही कुणी केलेले उपकार नसून आपला हक्क आहे हे मानेल. याची सुरुवात मात्र योग्य पालकत्वापासून करावी लागेल. ते आई-बाबांचं काम आहे.

ज्या मुली मोकळ्या वातावरणात वाढलेल्या असतात, ज्यांच्यावर आई-बाबांचा दबाव नसतो, त्या मनानेही स्वतंत्र असतात. त्या स्वत:चा योग्य विचार करू शकतात. छोट्या छोट्या निर्णयासाठी इतरांवर अवलंबून राहण्याची गरज त्यांना पडत नाही. अशा मुलींच्या निर्णयक्षमतेवर घरातल्या सर्वांचाच नक्कीच विश्वास असतो. अशा घरांमध्ये समानतेचं वातावरण असतं. लहानपणापासून जेव्हा मुलींना मुलगी म्हणून नाही तर व्यक्ती म्हणून वाढवायला हवं. प्रत्येकाला विचारशक्ती असते आणि प्रत्येकाला विचार करण्याचा हक्कही दिलेला असतो, हे आधी पालकांनी नीट, मनापासून मान्य करायला हवं. घरामध्ये समानता ही हवीच!

■

२० त्यांचे असेही ताण

आपल्या घरातला षोडषवर्षीय युवक किंवा युवती नीट कॉलेजला जायला लागले आहेत. अभ्यास, छंद सर्व जागच्या जागी आहेत असं वाटेपर्यंत काही अनाकलनीय समस्या येऊ लागतात. मुलं प्रत्येक गोष्ट आई-बाबांना सांगायला जात नाहीत. पण त्यांच्या या युवा भावविश्वात कसली तरी खळबळ माजलेली असू शकते. त्या खळबळीचं कारण कदाचित कधीच समजणार नाही.

मित्र-मैत्रिणींचा नेहमीचा कंपू हा तसा मजा करण्यासाठीच असतो. 'टेन्शन नहीं लेनेका, बिनधास्त रहनेका' असंच बहुतेक ग्रुप्सचं ब्रीदवाक्य असतं. पण कधी कधी टेन्शन निर्माण होतं. मोठ्या माणसांच्या दृष्टिकोनातून ही कारणं अतिशय क्षुल्लक असतात, पण त्या वयासाठी मात्र याचं खूप महत्त्व असतं, याचा खूप ताण असतो.

ग्रुपमध्ये किंवा बाहेर मुलांची कोणाशी तरी भांडणं होतात. हे भांडण झेपत नाही. भांडणात वयाला आणि एकूणच क्षमतांना न जमणाऱ्या आडव्यातिडव्या पैजा लावल्या जातात. कधी मुलांचा कोणी तरी वाईट पद्धतीने अपमान करतं. एखाद्या वेळेस मुलांच्या हातून एखादी चूक झालेली असते, ती चूक घरी सांगेन, अशा धमक्या दिल्या जातात, ब्लॅकमेल केलं जातं. अनेकदा हा ताण तात्पुरत्या स्वरूपाचा असतो; पण जेवढा काळ असा ताण मनावर असतो, खूपच खोलवर असतो. बहुतेकदा मुलांचा कल अशा गोष्टी लपवण्याकडे असतो.

मुलांमध्ये एखाद्या मुलीशी मैत्री करण्यावरून भांडणं, मुलीला पटवण्याच्या पैजा, सिगरेट ओढून दाखव, दारू पिऊन दाखव अशी आव्हानं मित्रच देतात. सिगरेट ओढली असेल तर ते घरी जाऊन सांगतो, अशा धमक्या दिल्या जातात. एखाद्या खास मैत्रिणीबद्दल घरी फोन जातात. मुलीच्या घरीही तिच्या खास मित्राची माहिती दिली जाते. हे प्रकार खूपच नगण्य; पण मित्रच मुलांचं डोकं खातात. अकारण ताण निर्माण होतात. मुलांची नाहक चिडचिड होते. त्यांना नैराश्यदेखील येऊ शकतं. एखाद्या विशिष्ट मुलाला किंवा मुलीला टार्गेट करून छळतात, तेव्हा तर नैराश्याची पातळी वाढतेच. मैत्रीमुळेच समस्या येऊ शकते. अशा वेळी त्याच्या खांद्यावर हात ठेवणं, त्याला त्याच्या समस्येतून बाहेर काढण्याचा प्रयत्न करणं आणि सर्वात महत्त्वाचं म्हणजे या प्रसंगाचा सारखा सारखा उच्चार न करणं, या गोष्टी पालकांनी करायला हव्यात. असा ताण येऊ शकतो हे मान्य करायला हवं.

मुलं अभ्यास करत नाहीत, ही आई-बाबांची नेहमीची तक्रार असते. मात्र, कधी कधी मुलं अभ्यास करतात, त्यांना अभ्यास करायचा असतो, पण घरच्या मंडळींचीच साथ नसते. यातून त्यांच्यावरचा ताण अजूनच वाढतो.

दहावीतली एक मुलगी. तिला अभ्यासाची खूप आवड. एकाच खोलीचं तिचं घर. या घरात तीन-चार लहान मुलांसह एकंदर चौदा माणसं राहायची. शाळेने अभ्यासिकेची सोय करून दिली होती, त्यामुळे ती शाळेतच अभ्यासाला जायची. तिने दहावीचा अभ्यास अतिशय गंभीरपणे केला होता. परीक्षा चालू असतानाच एक दिवस ती घरी आली, तर घरात अतिशय क्षुल्लक वातावरणावरून भांडणं सुरू होती. तिला खूपच बेचैन वाटायला लागलं. तिला रात्री झोपण्यापूर्वी थोडा अभ्यास करायचा होता; पण या वातावरणात ते शक्यच नव्हतं. ती तशाच अवस्थेत पुन्हा शाळेकडे वळली, तर तोपर्यंत शाळाही बंद झालेली. तिला काय करावं कळेना. घरीही जावंसं वाटेना. ती समोरच फुटपाथवर बसून राहिली. इतक्यात घरून तिला दादा घ्यायला आला. त्याच्यासोबत ती घरी गेली. पण अशा काही कारणांनी घरीच जायला नको, असं मुलांना होऊ शकतं. यात चूक नक्की कोणाची?

अजून एका मुलाची अशीच ही गोष्ट. तो बारावीची परीक्षा देत होता. खूप अभ्यास करायचा. घर सुशिक्षित. त्यामुळे त्याची योग्य काळजी घेतली जायची. घरात शांतता. स्वतंत्र खोली. पौष्टिक आहार. पण आई-बाबा सारखे चिंतेत

असायचे. 'नीट अभ्यास झालाय ना?' 'सगळं कळलंय ना?' 'आमची काही मदत हवी असेल तर सांग', 'टेन्शन घेऊ नकोस', अशी वाक्यं येता-जाता ऐकवायचे. मुळात त्यांचाच चेहरा तणावात असायचा. एक दिवस या अतिकाळजीचा कडेलोट झाला. त्याला इतका राग आला, की त्या रागात तो दोघांनाही बोलला. आतापर्यंत कधीच कोणाशी उलट न बोललेला मुलगा एकदम इतका कसा काय रागावला? आम्ही इतकं करतो याच्यासाठी, तरी हा असा? याच्या मनात असं आहे आमच्या बद्दल? असा विचार करतो हा..? झालं! आई-बाबांनी एकमेकांत कुजबुजून मूळ प्रश्नाला असंख्य फाटे फोडले. ते दोघंही खूप दुखावले गेले होते.

बारावीच्या परीक्षेचा खूप ताण त्याच्यावर आलेला होता. जरी त्याचा अभ्यास चांगला होता, तरीही ताण हा येतोच. अशा वेळी आई-बाबांनी वातावरण हलकं करायचा प्रयत्न केला असता तर जास्त बरं झालं असतं. पण त्यांना तरी त्याच्यावरच्या ताणाची काय कल्पना? तेवढ्यापुरतं वातावरण खूपच तापलं. कोणीच कोणाशी काही बोलेना. तो सरळ खोलीत निघून गेला. पुन्हा मन एकाग्र करण्याचा प्रयत्न करू लागला.

अभ्यासविषयक अजून एक समस्या म्हणजे न आवडणाऱ्या, न समजणाऱ्या विषयांचा अभ्यास करणं. शाळेत बहुतांश मुलांवर अभ्यासाचा ताण असतो. नववी-दहावीत विषय वाढतात, त्याचबरोबर मार्कांचंही टेन्शन असतं. वर्गात शिकवलेलं समजत नाही, हा एक मोठा ताण असतो. लक्ष देऊन ऐकलं तरी अवघड संकल्पना कळत नाहीत. न कळलेल्या संकल्पना शिक्षकांना विचारता आल्या पाहिजेत. निदान ट्यूशनच्या शिक्षकांना तरी विचारता आलं पाहिजे. पण तसं होत नाही. कळलं नाही, मनात प्रश्न निर्माण झाले तरी मुलं प्रश्न विचारत नाहीत, गप्प बसतात. अशा वेळी संपूर्ण वर्गाला शिकवलेलं कळलं आहे, केवळ आपल्यालाच कळलेलं नाही, हा ताण तर विलक्षण असतो.

सातत्याने कमी गुण मिळत राहिले तर टेन्शन वाढणार हे नक्कीच. आपल्याला का येत नाही, फक्त आपल्याच का लक्षात राहत नाही, असे विचार मनात येत राहतात आणि एकाग्रता निघून जाते. शाळेत शिकवलं जातंय, अभ्यास केला जातोय, पण परीक्षेत मार्क का मिळत नाहीत, हा प्रश्न कायम सतावतो. याचा आत्मविश्वासावर खूपच परिणाम होतो. ही स्थिती पालकांनी समजून घेतली नाही आणि वरून त्यांना रागावत-ओरडत राहिलो तर मुलांना उपाय सुचत नाही. समस्या सुटत तर नाही, उलट गुंता वाढत राहतो. त्यापेक्षा त्यांना अभ्यासात काय मदत हवी आहे हे विचारणं जास्त चांगलं.

मुलांना शाळेच्या अभ्यासाशिवाय इतर अनेक गोष्टी कराव्या लागतात. त्यांना ट्यूशन्सला जावं लागतं. शिवाय विविध खेळ आणि त्यात नंबर वन होण्याचा ताण असतो. पालकांना हवं म्हणून एक्स्ट्रॉ करिक्युलर्ससाठी विविध कला आणि छंदवर्गांना घालण्याची पद्धतही आहे. एकाच वेळी अनेक गोष्टी मुलांना कराव्या लागतात. शाळेतही प्रेझेन्टेशन्स, पाठांतर, परीक्षा, विविध स्पर्धा, संमेलनातली कामं हेदेखील असतं.

साधारणपणे नववीपर्यंत मुलांना फावला वेळ नसतोच. दहावीची चाहूल लागली की हे सर्व बदलतं. खेळ वगैरे सर्व बंद करून फक्त अभ्यास एके अभ्यास करायचा, असा आदेश निघतो. खेळायचं नाही, आवडीच्या गोष्टी करायच्या नाहीत, फक्त अभ्यासच करायचा, हे सुरू होतं. याने ताण वाढतो.

खरं तर कुठल्याही प्रकारची शारीरिक हालचाल केल्याने मेंदूला ऊर्जा मिळते, ऑक्सिजन मिळतो, एकाग्रता वाढते. यासाठी खेळ खेळायला हवेत, पण खेळावर गदा येते.

आपण नक्की मोठे झालो आहोत की लहानच आहोत, हा प्रश्न काही सुटत नाही. मानसशास्त्रात म्हणून तर या वयाला 'मानसिक तणावांचा व वादळांचा काळ' असं म्हणतात. त्यामुळेच केवळ मानसशास्त्रज्ञांनी नाही, तर पालकांनी आणि शिक्षकांनीही त्यांना येणारा हा ताण मानसशास्त्रीय दृष्टिकोनातून समजून घेतला पाहिजे. या वयात जे विविध प्रकारचे ताण मनावर येतात त्यांच्या कारणांपर्यंत आपण पोहोचू शकू.

■

भावनिक बुद्धिमत्ता

आता मुलं खरंच मोठी झाली आहेत. त्यांना पंख फुटताहेत. त्यांच्या दृष्टीने नव्या असलेल्या जगात ते पाऊल टाकणारेत. इथे स्वत:चं स्थान निर्माण करणार आहेत. यात त्यांची बुद्धिमत्ता त्यांच्या कामी येईलच. पण खऱ्या अर्थाने यशस्वी व्हायचं असेल तर त्यांच्यात भावनिक बुद्धिमत्ता निर्माण करणं अतिशय आवश्यक आहे.

संवेदनशील असणं, इमोशनल असणं म्हणजे भावनिक बुद्धिमत्ता नाही. प्रत्येकाला भावना असतातच. पण आपल्या मनात वेळोवेळी उत्पन्न होणाऱ्या या भावना हाताळायला मात्र कौशल्य लागतं. डॅनियल गोलमन यांनी भावनांच्या–विषयी सिद्धान्त मांडला आहे. ते म्हणतात- एखादी व्यक्ती बौद्धिक क्षेत्रात खूप हुशार असेल, पण तिला जर भावना हाताळता आल्या नाहीत तर ती यशस्वी होईलच असं नाही. नेहमी ९०%च्या वर गुण मिळवणारा मुलगा किंवा मुलगी परीक्षेच्या वेळी जर चिंताच करत राहिले तर ते पेपर लिहू शकतील का?

एखादा साहसी मुलगा / मुलगी आहे, पण उत्साहावर ताबा कसा ठेवायचा हे जर माहीत नसेल तर त्यांचंच त्यात नुकसान आहे. या भावनांचं नियमन करता यायला हवं. डॅनियल गोलमन या शास्त्रज्ञाने म्हटलं आहे, की आपण स्वत:च्या भावनांचं नियमन करू शकतो. त्याचा हा सिद्धान्त 'इमोशनल इंटेलिजन्स' या नावाने ओळखला जातो. त्यांच्या मते केवळ बुद्ध्यांकाला काहीच महत्त्व नाही. जीवनात यशस्वी व्हायचं असेल तर आपला भावनांक महत्त्वाचा आहे. बुद्ध्यांक वरच्या पातळीवर असेल, परंतु भावनांक कमी असेल तर जीवनात यशस्वी होण्याचं प्रमाण कमी असतं. डॅनियल गोलमन यांनी तयार केलेल्या चाचणीच्या आधारे भावनांक मोजता येऊ शकतो. आपला भावनांक कमी असेल तर प्रयत्नांनी आपण तो वाढवू शकतो. भावनांक म्हणजेच 'इमोशनल कोशंट'.

भावनिक बुद्धिमत्ता वाढवण्यासाठी स्वत:च्या भावना ओळखता यायला हव्यात. उदाहरणार्थ, प्रेम या भावनेच्या काळजी, आपुलकी, आस्था, ओढ वाटणं अशा किती तरी छटा आहेत. त्यातलं नक्की काय वाटतं आहे हे ओळखता आलं पाहिजे. अस्वस्थतेची भावना मनात दाटून येत असेल तर दु:ख वाटतंय का, चिंता आहे का, अगतिक वाटतं आहे का, अशा अनेक छटांपैकी नक्की काय, हे शोधता आलं तर त्या भावनेच्या मुळाशी जाता येईल, त्यातून त्यावरचा उपाय नेमकेपणाने करता येईल. मुलांसदर्भात काळजी वाटते तेव्हाही अशा पद्धतीने स्वत:च्या भावनांचं विश्लेषण करता येईल. त्यातून मार्ग सापडेल. आई-बाबांना स्वत:तली भावनिक बुद्धिमत्ता वाढवता आली तर ते मुलांना खऱ्या अर्थाने मदत करू शकतात.

साधारणत: आठवी-नववीच्या टप्प्यावर मुलांच्या मनात कुठे तरी आतमध्ये विचार सुरू होतो, की आपण भावी आयुष्यात काय करणार आहोत, आपल्याला साधारण किती टक्के मार्क मिळतात, अजून किती मिळू शकतील, उपलब्ध संधींमधून काय करता येईल, आपल्याला नक्की काय आवडतं– असे विचार सुरू होतात. काही पालक मुलांची ॲप्टिट्यूड टेस्ट करून घेतात. या टेस्टचा निकाल कधी पटतो, तर काहींना नाही पटत. ही टेस्ट कशी, कोणी घेतली आहे याला महत्त्व आहेच. शिवाय टेस्ट देताना मुलांनी कितपत विचार करून आणि प्रामाणिक उत्तरं दिली आहेत, हे सर्वात महत्त्वाचं आहे. अशी काही 'खोडकर' मुलं असतात, जी मुद्दामच चित्रविचित्र उत्तरं देऊन ठेवतात. या उपद्व्यापामुळे त्यांच्या मनाचा आणि साहजिकच त्यांच्या भावी करियरचाही थांगपत्ता टेस्ट रिझल्टमधून लागत नाही. अजूनच गोंधळ होतो. पालक आणि मुलं यांच्यात एकवाक्यता नसेल, पालक आपली मतं मुलांवर लादत असतील तर मुलं असं करतात. त्यामुळे पालकांनी टेस्टच्या आधी काही न बोलणं, न सुचवणं सुज्ञपणाचं आहे.

जे काम आपल्याला आयुष्यभर करायचं आहे, असं आपण ठरवतोय ते काम निश्चितच आवडलं पाहिजे. एकदा करियरचा निर्णय झाला की ती अगदी काळ्या दगडावरची रेघ, असंही समजण्याचं कारण नाही. काही मुलं अकरावी-बारावीनंतर पुन्हा शिक्षणाची दिशा बदलू शकतात. अशा प्रसंगी 'झेपलं नाही', 'उगाच पैसे वाया घालवले आणि दोन वर्षंही' अशी दूषणं त्यांना देण्यात काही अर्थ नाही. 'आपण एखाद्या गोष्टीसाठी योग्य नाही' हे मूलभूत ज्ञान या काळात मिळतंच. त्यातून मुलं आपल्याला हव्या त्या, योग्य त्या दिशेकडे वळतात. ज्या क्षेत्रात कायम वावरायचं आहे त्यात नवं नवं शिक्षण, प्रशिक्षण पुढेही घेत राहावं लागतं. नवीन तंत्रं शिकत राहावी लागतात. अन्यथा, जग आपल्या पुढे निघून जाईल. यासाठीच मुलांना काय आवडतं, काय जमतं, हे शोधण्यात त्यांना मदत करावी. दहावीनंतरची वाट ठरवताना त्यांना नीट विचार करावा लागतो. काही मुलं-मुली दुसऱ्या गावात, राज्यात जाऊन शिक्षण घेण्याचा विचार करतात.

सध्या चिक्कार संधी उपलब्ध आहेत. शिक्षणासाठी आणि पुढे व्यवसाय-नोकरीच्या संधी यामुळे भलतंच आकर्षक चित्र मुलांच्या समोर आहे. अचूक निवड करणं खरंच अवघड आहे. करियरला अतोनात महत्त्व आलं आहे. जे

ठरवायचं आहे ते आताच ठरवायला हवं. जे करायचं आहे तेही आताच करायला पाहिजे, याचा ताण मुलांना असतो.

या वयात ताण येण्याची ही काही सामान्य किंवा कॉमन कारणं असू शकतात. यापैकी कशाचा ताण आहे का हे बघावं. कदाचित यापेक्षा ताणाचं कारण वेगळं, अगदी आतलं, अतिशय व्यक्तिगत स्वरूपाचं असू शकतं. जवळच्या माणसाचं निधन, घर बदलणं, शाळा बदलणं, मित्रांचा गट बदलणं, पालकांच्या अपेक्षा अचानक वाढणं, मित्रांकडून एखाद्या बेकायदा, अनैतिक कृत्यासाठी दबाव येणं, एखाद्या ओळखीच्या व्यक्तीने विशिष्ट कामासाठी दबाव टाकणं, धमकी देणं अशा गोष्टींमुळे ताण येऊ शकतात.

मुलांवरच्या ताणावर विविध पद्धतींनी उपाय करता येतो :

- *अभ्यास/परीक्षेचा ताण येत असेल तर शिक्षकांचं मार्गदर्शन घेता येईल.*
- *मुलांचं मन दुसरीकडे वळवण्याचा प्रयत्न करावा. एखाद्या आवडीच्या गोष्टीत ती रमताहेत का हे पाहावं.*
- *योगासनं व प्राणायाम केल्यामुळे मनावरचा ताण निश्चितच कमी होतो. जमल्यास त्याची मदत घ्यावी. सायकलिंग करावं.*
- *मुलांनी नियमित व्यायाम करायला हवा. एकूणच मूड बरा राहतो.*
- *संगीत ऐकणं, स्वत: गायन-वादन करणं, नृत्य करणं यामुळे ताण कमी होतो.*
- *मनाला विरंगुळा मिळेल असं काहीही करावं.*
- *केवळ अभ्यास एके अभ्यास न करता करमणुकीकडे लक्ष द्यायलाच हवं. आवडतील अशी चांगली पुस्तकं समोर ठेवावीत.*
- *अभ्यासाच्या काळातही फार जागरणं करू देऊ नयेत. झोप अतिशय आवश्यक असते. आपले आई-वडील आपल्याला पहाटे चार वाजता उठवायचे म्हणून आपणही तसंच करायला हवं असं नाही. पूर्वी लवकर झोपून लवकर उठत असत. मुलं लवकर झोपत असतील तरच त्यांना पहाटे उठवावं.*
- *मुलांना जंकफूडपासून दूर ठेवावं.*

- *मित्रांच्या आग्रहाला बळी पडून व्यसनांच्या मार्गाला कधीही जाऊ नये, हे मात्र आवर्जून, पुन्हा पुन्हा सांगत राहावं.*
- *भावी करियरविषयी मनात गोंधळ असतील तर वेगवेगळ्या शाखांचं शिक्षण घेणारे, नोकरी करणारे, व्यावसायिक यांच्याशी बोलून हा गोंधळ संपवता येईल. नीट दिशा मिळेल.*

अशा काही गोष्टी केल्याने मनावरचा ताण निश्चितपणे कमी होतो. मुलांना कोणत्या गोष्टींमुळे दिलासा मिळतो, कशात मन रमतं हे बघावं. त्यांच्याशी बोलताना सतत आदेशात्मक, उपदेशात्मक भाषा वापरली तर त्यांनी काही ऐकावं याच्या सगळ्या शक्यताच संपतात म्हणून जसं मनात येईल तसं बोलून मोकळं होण्यापेक्षा शांतपणे बोलावं. कमालीच्या संयमाने या गोष्टी हाताळाव्या.

मुलं टेन्शनमध्ये येतात. अनेकदा बाहेरून कोणी तरी टेन्शन देतं. त्यामुळे मुलांना सुचत नाही. कधी कधी मुलांचा स्वभावच टेन्शन निर्माण व्हायला कारणीभूत ठरतो. अशा वेळी मानसशास्त्रज्ञ डॉ. अल्बर्ट एलिस यांच्या विचाराने चालावं. त्यांनी पुढील तीन विचार मांडले आहेत. या विचारांमधला गाभा लक्षात घ्यावा.

- *मी जी कृती करेन त्याला इतरांनी चांगलंच म्हटलं पाहिजे. जर तसं झालं नाही तर याचा अर्थ मी चांगला नाही असा होतो.*
- *इतरांनी माझ्याशी चांगलंच वागलं पाहिजे. ते चांगलं वागत नाहीत याचा अर्थ ते वाईट आहे, त्यांना शिक्षा व्हायलाच पाहिजे.*
- *मला जे हवं ते मिळालंच पाहिजे. जर ते मिळालं नाही तर काय अर्थ आहे?*

हे जे तीन विचार मांडलेत, असं काही आपल्या मुलांचं होत नाहीए ना, हे पालकांनी पाहायला हवं. ते समजून घेऊन मुलांमध्ये सकारात्मक दृष्टिकोन रुजवण्यास मदत करावी. स्वत:कडे बघण्याचा दृष्टिकोन आनंदी असेल तर कठीण प्रसंगावर मात करता येते. त्यामुळे मुलांचं मन सशक्त बनवलं पाहिजे.

■

२१ शिक्षा

खरं तर मुलांवर कधीच हात उगारू नये. पण लहानपणापासून अनेकदा आई-बाबांनी मुलांना 'प्रसाद' दिलेला असतो. अभ्यास केला नाही म्हणून, कमी मार्क मिळाले म्हणून, उलट उत्तरं दिली म्हणून, हट्ट केला म्हणून, अशा अनेक कारणांसाठी केव्हा ना केव्हा हे घडलेलंच असतं. 'चार रट्टे दिले की येईल सरळ..' हा आपल्याकडे वंशपरंपरेने चालत आलेला जालीम उपाय वाडवडिलांनी सांगून ठेवलेला असतो. आपल्या बाबतीत तो कित्येकदा आई-बाबांनी अमलात आणलेला असतो. आपण स्वतःही लहान असताना अगणित वेळा यात भरडले गेलेलो असतो.

आता तर आपल्या घरीही एक छानसं, गोजिरं मूल जन्माला आलेलं असतं. खरं सांगू याचा संपूर्णतः आनंद साधारण दोनेक वर्षं टिकतो. या काळात ते मूल संपूर्णतः आपल्यावर अवलंबून असल्यामुळे आपण त्याचं 'बेशिस्त' वागणं सहन करतो. दोन-अडीच वर्षांनंतर त्याला तोंड आणि हात-पाय चांगलेच फुटतात. त्या क्षणी आपल्यातले आई-बाबा मागे पडतात. आता 'पालक' जागा होतो. शिस्त लावण्याचं काम आपलंच असतं. ते मूल तर शिस्त कशाशी खातात याबद्दल पूर्ण अज्ञानी असतं. पण 'शिस्त महत्त्वाची..' या कारणास्तव अधूनमधून शिक्षा केली जाते.

या झाल्या सर्वसाधारण शिक्षा. आपण काही या सगळ्याच शिक्षा केल्या असतील असं नाही, पण शिक्षेचा हक्क नक्कीच बजावलेला असतो.

प्रत्येक आई-बाबाला माहीत असतं, की आपल्याला काही मुलामुलींवर ओरडून, त्यांना मारून आनंद होत नसतो– पण हात उचलला जातो. एखाद-दुसऱ्या वेळेला असा हात उचलला आणि त्यात आपल्याला जे अपेक्षित आहे ते मुलांकडून करून घेता आलं म्हणजे आपण यशस्वी होतो. मुलांकडून योग्य ते वर्तन होण्यासाठी मारणं हा शॉर्टकट आहे. मूल घाबरतं, पटकन ऐकतं आणि आई-बाबांना हवं तसं वागून मोकळं होतं. हा 'शॉर्टकट' कदाचित मुलांच्या मनापर्यंत पोहोचण्याचा 'लाँगकट' ठरू शकतो.

याचं कारण मार खाल्ल्यावर मूल तुम्हाला हवं तसं वागलं तरी त्याच्या मनावर, विशेषत: मेंदूवर याचा परिणाम झाल्याशिवाय राहत नाही. हे आपल्याला त्या वेळी लक्षात येत नाही. पण पुस्तकाच्या सुरुवातीला ज्या न्यूरॉन्सचा उल्लेख झाला आहे त्यात कायमस्वरूपी बदल घडून येतात. डॉ. पॉल मॅक्लिन यांनी 'ट्र्युन ब्रेन (Triune Brain)' हा सिद्धान्त मांडला आहे.

हा सिद्धान्त असं सांगतो, की मानवी मेंदूचे उत्क्रांतीच्या टप्प्यानुसार तीन स्तर आहेत.

पृथ्वीवर सर्वप्रथम जलचर, सरपटणारे जीव जन्माला आले. त्यांच्या मेंदूची कार्यं अतिशय कमी होती पण महत्त्वाची होती. मानवी मेंदूच्या सर्वांत खालच्या भागात सरपटणाऱ्या प्राण्यांच्या मेंदूची कार्यं चालतात. म्हणजेच श्वासोच्छ्वास, प्रजोत्पादन, अन्नग्रहण, मोठ्या जीवापासून पलायन व छोट्या जीवावर आक्रमण.

यानंतर लाखो-करोडो वर्षांनी उत्क्रांतीनेच सस्तन प्राणी जन्माला घातले. इथे जन्म झाला तो भावनेचा. त्याआधीच्या प्राण्यांमध्ये फारशी भावना दिसून येत नाही. मांजर, कुत्रा, माकड अशा प्राण्यांमध्ये भावना दिसून येते.

माकडाच्या एका जातीत मेंदूच्या क्षमतेत बौद्धिक वाढ झाली. निओ कॉर्टेक्स या भागाची जडणघडण झाली. हेच आहे मेंदूच्या वरच्या भागातलं आवरण. भाषा, संगीत, नियोजन, उच्च कोटीची विचारक्षमता यांची क्षेत्रं या भागात आहेत.

ज्या वेळेस आपण बौद्धिक काम करत असतो त्या वेळेस शरीराचा रक्तपुरवठा बौद्धिक भागांकडे होत असतो. जेव्हा आनंद, उत्साह, राग, भीती, चिंता अशा

भावना मनात असतात तेव्हा मुख्य रक्तपुरवठा भावनांच्या क्षेत्रांकडे होत असतो. ज्या वेळेस आत्यंतिक भीती किंवा आस्तित्वावरच हल्ला होण्याची शक्यता वाढते तेव्हा मात्र मुख्य रक्तपुरवठा हा सरपट मेंदूकडे व्हायला लागतो. त्यामुळेच आपण असं म्हणतो की ज्या वेळेस मनात चिंता दाटून येते तेव्हा काही सुचत नाही. कारण ही दोन्ही क्षेत्रं वेगळी आहेत. ताणतणाव, भीती, राग, चिंतेच्या काळात रक्तपुरवठा भावनिक मेंदूकडे होतो.

या सिद्धान्ताचा संबंध आपल्या रोजच्या आयुष्याशी आहे. मुला-मुलींना वेळोवेळी ज्या शिक्षा केल्या जातात त्यांचा संबंध त्यांच्या आणि आपल्या मेंदूतल्या रक्तपुरवठ्याशी आहे. ज्या वेळेस नकारात्मक भावना मनात निर्माण होतात तेव्हा बौद्धिक कार्य काही प्रमाणात क्षीण होतं. मुलांना घरात आणि शाळेत विविध प्रकारच्या शिक्षा केल्या जातात. ओरडणं, अपमानजनक बोलणं, मारणं, कोंडून ठेवणं अशा शिक्षा मुलं अनेकदा सहन करत असतात. सतत शिक्षा सहन करणाऱ्या मुलांच्या मनावर याचा खूपच खोलवर परिणाम होतो. अशी मुलं एक तर आक्रमक होतात किंवा भित्री होतात. घातक, अपमानजनक शिक्षा या शारीरिक शिक्षेइतक्याच वाईट असतात. जी मुलं रोजच आई-बाबांची किंवा शिक्षकांची किंवा अन्य कोणाची बोलणी खातात, अपमान किंवा मार सहन करतात, त्यांच्या मेंदूवर या वातावरणाचा अतिशय वाईट परिणाम झालेला असतो.

थोडक्यात सांगायचं, तर विविध चिंता आणि रागाच्या प्रसंगातही शक्य तितकं शांतपणे प्रशन सोडवण्याचा प्रयत्न केला पाहिजे, तरच आपला बौद्धिक मेंदूही चालू राहील. मुलांना घातक शिक्षा केल्या जाणार नाहीत. जे पालक मुलांना सतत विविध प्रकारे शिक्षा करतात, त्या मुलांच्या मनात पालकांविषयी अनादराची भावना निर्माण होते. कारण त्यांना अनादराचे अनुभव मिळालेले असतात. त्यातूनच त्यांचे न्यूरॉन्स घडलेले असतात. मूल लहान असतं तोपर्यंत ते आई-बाबांवर निर्व्याज प्रेम करत राहतं, पण टीनएजमध्ये हा राग विविध प्रकारे बाहेर पडतो. वास्तविक पालकांचं मुलांवर प्रेमच असतं, पण त्यांचा प्रेम व्यक्त करण्याचा मार्ग चुकतो. धाकाच्या दिशेने प्रेम व्यक्त केलं तर प्रेम नाही, धाकच लक्षात राहणार. म्हणून मुलांना सध्याच्या काळात कठोर शिक्षेपेक्षा मित्रत्वाच्या नात्याने समजून सांगितलेलं त्यांच्या जास्त लक्षात येईल.

■

२२ नया दौर

जुनं ते सोनं असं म्हणण्याचा एक काळ होता. एक काळ होता असंच म्हणावं लागेल. कारण आता रोज नव्या गोष्टी येताहेत, आणि जुनं 'सोनं'च असेल याची काही खात्री देता येत नाही. त्या पूर्वीच्या 'जुन्या सोन्या'च्या काळात अनुभवांना खूप महत्त्व असायचं. माणूस जेवढा जास्त वयाचा तेवढा तो अनुभवी. त्याच्या अनुभवांना खूपच मान होता. पण आता नुसता हा वयाचा अनुभव महत्त्वाचा ठरत नाही. त्या व्यक्तीला 'लेटेस्ट नॉलेज' किती आहे हे महत्त्वाचं असतं. त्या दृष्टीने तुमचं वय कितीही असो, तुम्हाला 'लेटेस्ट' गोष्टींबद्दल किती ज्ञान आहे हेच महत्त्वाचं ठरतं.

हाच नियम लावायचा, तर सध्या लेटेस्ट गोष्टींबद्दलचं ज्ञान नव्या, उगवत्या पिढीकडे असतं हे मान्य करावंच लागेल.

आज सगळं ज्ञान मोबाईल, कॉम्प्युटर, इंटरनेट, रोज नव्या येणाऱ्या टेक्नॉलॉजीवर अवलंबून असतं. हे ज्ञान जुन्या पिढीकडे असण्याची शक्यताच फारशी नाही. त्यामुळे तरुण पिढी (जी आजकाल माध्यमिक शाळेपासूनच सुरू होते.) सध्या प्रचंड भाव खाते. जुन्या पिढीला माहीत नसणाऱ्या किंवा त्यांनी कल्पनाही न केलेल्या अनेक गोष्टी त्यांना नव्या पिढीकडून समजतात. त्यांना त्या शिकायच्याच असतील तर नव्या पिढीकडून शिकाव्या लागतात, हे मोठ्यांनाही मान्य करावं लागेल.

असं म्हणतात, की मुलांच्या भविष्याबद्दल पालकांना काही ठरवायचं असेल, काही योजना आखायच्या असतील तर अंदाजे पंचवीस वर्षापर्यंतच्या भविष्याचा वेध घेण्याची दृष्टी हवी. आज आपल्यावर जे संस्कार आहेत, ते तसेच्या तसे त्यांना देऊन चालणार नाहीत, तर आगामी काळात कोणत्या कौशल्यांची त्याला/तिला गरज असेल त्या दृष्टीने त्यांना अनुभव द्यावे लागतील. अशा दूरच्या, पल्ल्याचा वेध घेणं हे आदर्श पालकत्वाच्या दृष्टीने जरा अवघडच म्हणावं लागेल. कदाचित काही वर्षांपूर्वीपर्यंत हे शक्य असेलही. पण आता विज्ञानातले नवे शोध, बदलतं तंत्रज्ञान यामुळे उद्या काय होणार हे सांगता येणं अवघडच, तर पुढचा अंदाज कसा काय घ्यायचा?

पूर्वीच्या तुलनेत संधींमध्ये झालेली वाढ हे सुद्धा एक कारण आहे. मुलांना या संधींची माहिती पालकांपेक्षा जास्त असते. करियर या विषयात अतिशय सजग झालेली ही मुलं-मुली आपल्याला काय हवं आहे, आपल्या भविष्याला कसा आकार द्यायचा आहे या बाबतीत कमालीची जागरूक असतात. त्या संदर्भातली माहिती कुठून कशी मिळवायची हेही ते शोधून काढतात. त्यासाठी प्राध्यापक, आपल्याला हव्या त्या विषयातले तज्ज्ञ, इंटरनेट, वेबसाइट किंवा ई-मेलवरून आपल्याला हव्या त्या रिसोर्सेसपर्यंत पोहोचण्याची धडपड, हा सगळा 'स्मार्टनेस' त्यांच्याकडे असतो.

आजकालचे बहुतांश पालकही 'मुलांना कोणत्या क्षेत्रात जायचंय तिथे जाऊ दे' असं मत व्यक्त करतात. कित्येक पालक तसे वागतातही; पण काही पालक फक्त बोलतात. मुलाने किंवा मुलीने अगदीच धोक्याचं किंवा बिनभरवशाचं क्षेत्र निवडलं तर अस्वस्थ होतात, नाराजी व्यक्त करतात. असे काही पालक असले, तरी करियरच्या बाबतीत मुला-मुलींच्या पाठीशी राहावं, असा एक सर्वसाधारण कल तरी दिसून येत आहे. असे पालक स्वत:च्या मतांना मुरड घालून काळानुसार चालण्याचा प्रयत्न करतात. जुन्या, नेहमीच्या वाटांपेक्षा नवीन काय आहे ते समजून घेतात. आजकालच्या काळानुसार कौन्सिलरची मदत घेतात. हा निर्णय जास्तीत जास्त निर्दोष कसा असेल हे बघतात.

प्रत्येक पिढी ही आधीच्या पिढीपेक्षा नवीच असते. प्रत्येक पिढीला नावीन्याचा ध्यास असतो आणि 'वेड्या वया'ची लक्षणंही थोड्याफार फरकाने

सारखीच असतात. पण आज आपल्यासमोर उभी असलेली नवी पिढी ही नुसतीच नवी नाही, तर अत्याधुनिक आहे. त्यांची नजर क्षितिजाच्याही पलीकडे पाहू शकते. जे अशक्य वाटतं ते प्रत्यक्षात उतरवण्याची वेगळीच धमक त्यांच्याकडे आहे. वेगाने येणारं पाणी थांबून खोळंबून राहत नाही, रेंगाळत नाही. ते वाहण्यासाठी वाट शोधतंच. तसंच यांचंही आहे. नव्या संधीच्या शोधात, नव्या वाटा शोधत, प्रसंगी स्वत:साठी वेगळी वाट निर्माण करत ही मुलंही पुढे जाणार आहेत. मर्यादा हा शब्द त्यांच्या शब्दकोशातच नसावा असं वाटतं. मुलं कोणतीही विधायक गोष्ट करणार असतील तर पालक मुलांना खूप चांगल्या पद्धतीने समजून घेतात. पण जर मुलं विघातक वर्तनाकडे वळणार असतील तर व्यसनं, ड्रग्ज, नाइट आऊट्स, अनियंत्रित वर्तन, जबर फी भरून घेतलेल्या अभ्यासक्रमाकडे दुर्लक्ष, असे जर प्रकार होणार असतील तर पालकांनी काय करावं?

'हे असं चालतंच' असं जर मुलं म्हणाली तर ते योग्य आहे का?

चालता चालता अशी एक वाट येणारच असते जिथे पुढे अनेक वाटा फुटलेल्या असतील. कोणत्या वाटेने जायचं हा निर्णय फक्त त्यांचा असेल. एखादी वाट सुरुवातीला फुलांची वाटेलही, पण ती तशी असेलच असं नाही. घातक वाटेचे दुष्परिणाम आधी कळलेच नाहीत, जाणवलेच नाहीत, इतकी काही मुलं अनभिज्ञ नसतात. मात्र, अशा वेळी योग्य निर्णय घेण्याची आणि आपल्या निर्णयावर ठाम राहण्याची मानसिक ताकद आपणच मुलांमध्ये निर्माण करायला हवी. हे काम नुसत्या उपदेशांनी होण्यासारखं नाही. दटावून-धाक दाखवूनही नव्हे. हे काम होण्यासारखं आहे ते आपलं वर्तन योग्य ठेवून, तसंच मुलांशी संवाद साधून.

■

२३ सुसंवादाकडे

मुलगा सोळा वर्षांचा झाला आणि बापाच्या पायातली चप्पल त्याला यायला लागली, की पोरावर हात उगारू नये, हे आपण वर्षानुवर्षं ऐकलेलं एक विधान. आता तर हे वय सोळा वर्षांपेक्षा खूपच खाली आलं आहे.

एक विनोद असा ऐकला होता :

जरा बस खाली. पाच मिनिटं तुझ्याशी बोलायचं आहे, असं जेव्हा ते म्हणतात–

आईशप्पथ, सगळी लफडी एका क्षणात आठवतात!

विनोदाचा भाग सोडला, तर आई-बाबा गंभीर झाले आहेत म्हटल्यावर मुलं टेन्शनमध्ये येतात हे खरंय; पण ते आपली काय चूक झाली आहे, हे आई-बाबांकडून ऐकण्यासाठी आणि आपली चूक सुधारण्यासाठी नव्हे, तर 'यांना नक्की कशाबद्दल कळलं आहे आणि त्यातून आपण आपली कशी सुटका करून घ्यायची याच्या पळवाटा शोधण्यासाठी', हे आधी समजून घ्यायला हवं.

आपल्याला माहीत आहे, की साधारण तेरा-चौदा वर्षांच्या आसपास मुलांचं स्वतंत्र विश्व तयार होतं. आई-बाबा कितीही मोकळे असतील, घरातलं वातावरण प्रत्येकाला व्यक्तिस्वातंत्र्य देणारं असेल तरी मुलांना काही तरी लपवाछपवी करावीशी वाटते. ही लपवाछपवी कशाबद्दलही असू शकते. एखादा मोठ्यांना न आवडणारा विनोद, किस्सा, शिक्षकांचं वागणं, वर्गात कोणाच्याही नकळत जमवलेल्या जोड्या, अशा काही गोष्टी घरात सांगायच्या नसतात, असं त्यांना वाढत्या वयात वाटायला लागतं. मुलं अशा बाबतीत लपवाछपवी करायला लागतात. याचं मुख्य कारण म्हणजे असं काही

सांगितल्यावर पालकांचा ताणलेला चेहरा, असले किस्से न आवडल्याचे भाव त्यांच्या चेहऱ्यावर उमटतात. मुलांना हे भाव चांगलेच वाचता येतात. त्यामुळे जे आई-बाबांना आवडत नाही, ते 'करायचं' नाही, यापेक्षा जे आई-बाबांना आवडत नाही ते त्यांना 'सांगायचं' नाही अशा सूत्राप्रमाणे मुलं वागायला लागतात. कित्येकदा ही दीक्षा त्यांच्यापेक्षा मोठ्या टीनएजर मित्र-मैत्रिणींकडूनही मिळते. 'हे तू आईला कशाला सांगितलंस? असं काय आईला सांगायचं असतं का? बावळटच आहेस!' असं म्हटलं की आपण आता जरा मोठे आहोत, कोणाला काही सांगायला नकोय, हे लक्षात येतं.

आपल्या मुला-मुलींचं एखादं वावगं वर्तन आई-बाबांच्या कानावर आलं की मग ते दक्ष होतात, जास्त लक्ष ठेवायला लागतात. हे चक्र असंच चालू राहतं. या काळात आई-बाबा आणि मुलांमध्ये एक अदृश्य पडदा निर्माण होतो.

'व्यक्ती तितक्या प्रकृती' यानुसार प्रत्येक टीनएजरचं वागणं वेगळं. तितकंच महत्त्वाचं आहे त्यांच्या वागण्याला आई-बाबांनी दिलेलं प्रत्युत्तर. या दोन गोष्टींवरच आपसातला संवाद अवलंबून असतो. हा संवाद चांगला असेल, मैत्रिपूर्ण असेल, अतिशय ताणला गेलेला असेल की लपवाछपवीचा असेल हे ठरतं.

- *टीनएजर्सचं वय हे सर्वार्थाने संवेदनक्षम असतं. शिवाय आई-बाबांपासून मोकळं झालेलं असतं. स्वतंत्र झालेलं असतं. याचाच फायदा घेतला जातो. या वयात चांगलं-वाईट कळत नाही असं नाही, पण मागचा-पुढचा विचार न करता धोक्याला सामोरं जावंसं वाटतं. ती ऊर्मी जास्त असते. आपला जर मुलांशी चांगला संवाद असेल तर बऱ्याच गोष्टी आपल्याला कळू शकतात. मुलांच्या मनातलं कळण्याची शक्यता नक्कीच वाढते. चांगला आणि मैत्रिपूर्ण संवाद हा अनेक बाजूंनी विचार करण्याची क्षमता निर्माण करतो.*

त्यांच्या नजरेसमोर एखादं शानदार ध्येय असेल तर मुलं सावरतात. ते ध्येयच त्यांना सावरण्याची शक्ती देतं. या मोहावर बुद्धीनेच नियंत्रण आणणं शक्य आहे. म्हणून मुलांना काही गोष्टी आवर्जून सांगा.

- *मुलांनी आपलं ध्येय ठरवावं यासाठी त्यांना मदत करा. त्या ध्येयाची आठवण आणि जाणीव ठेवायला सांगा.*

- *मैत्री वेगळी आणि आयुष्यातले निर्णय वेगळे असतात.*

- *अभ्यासाची निश्चित वेळ ठरवायला सांगा. त्यावर ठाम राहायला सांगा.*
- *नवनवीन गोष्टी शिकायला सांगा. तुम्हीही त्यांच्याबरोबर शिका.*
- *समोर अनेक पर्याय असतात, केवळ एकच पर्याय नसतो. योग्य त्या पर्यायाची निवड करण्याची क्षमता वाढवा.*
- *एखादी गोष्ट करायची नसेल तर 'नाही' म्हणायला शिकवा.*

अशा प्रकारची काळजी एकदा-दोनदा नव्हे तर नेहमीच घ्यावी लागेल. आणि कितीही काळजी घेतली तरी ही मुलं आपल्यासमोर कधी कोणती परिस्थिती आणून ठेवतील सांगता येत नाही. पण आकाश-पाताळ एक करण्याची गरज आहे का, हेही स्वत:लाच विचारा. मुलांविषयीच्या एखाद्या समस्येची उकल कशी आणि कधी होईल हे आता सांगता येत नाही. आपण एखादा विचार करत असतो तेव्हा, कधी पेपर वाचताना, कधी टी.व्ही. बघताना, तर कधी चक्क एखादी जाहिरात बघतानाही आपल्याला समस्येवरचा उपाय चटदिशी सापडतो.

रेडिओचं नवं माध्यम तर दिवसरात्र कसल्या ना कसल्या सूचना देत असतं. हे सगळं कमी पडलं म्हणून की काय, फेसबुक, व्हॉट्सॲपही जीवनविषयक तत्त्वज्ञान रोज देत असतं. याशिवाय विविध पुस्तकांमधून आपल्या समस्येवरचा तोडगा अचानक मिळू शकतो. खरं तर प्रश्नावरचं उत्तर आपल्याजवळच कुठे तरी असतं. ते 'क्लिक' व्हावं लागतं.

आपल्या एक गोष्ट लक्षात आली असेल, की आपले टीनएजर्स हे सध्या जरा जास्तच 'चमकोगिरी' करत असतात. ते का एवढी 'शायनिंग' मारतात, या प्रश्नाचं उत्तर जाहिरातीतदेखील सापडतं. टीनएजर्सशी संबंधित जाहिराती पाहिल्या तर एक गोष्ट लक्षात येईल, की कधी मित्राला, कधी मैत्रिणीला, कधी ग्रुपला तर कधी शिक्षक-प्राध्यापकांना इम्प्रेस करण्याचं काम चालू असतं. कधी झूम गाडीमुळे माणसं आकर्षित होतात, कधी अत्तर लावल्याने मैत्रीण मिळते, तर कधी विशिष्ट कंपनीचा पदार्थ खाऊन ग्रुपमध्ये लोकप्रिय होता येतं. एखाद्या उत्पादनाची जाहिरात केली म्हणून प्राध्यापकही खूष होतात. या जाहिरातींकडे एवढ्यासाठीच लक्ष द्यायचं कारण प्रत्येक जाहिरातीच्या निर्मितीमागे त्या त्या गटाचा मानसशास्त्रीय/समाजशास्त्रीय अभ्यास त्यांच्या टीमने खूपच बारकाईने केलेला असतो. या वयात इम्प्रेशन मारणं हे एक प्रमुख ध्येय असतं. व्यक्तिमत्त्वाचं इम्प्रेशन पाडण्यापेक्षा वस्तूंनी इम्प्रेशन पाडणं सोपंच असतं, नाही का? त्यामुळे लेटेस्ट ॲक्सेसरीज स्वत:कडे असण्यात या मुलांना एक प्रकारचा गौरव प्राप्त

होत असतो. त्यांचं कंपूमध्ये कौतुक होणार असतं. यासाठी या वस्तू त्यांना लागतात. या वस्तू घ्यायच्या तर साहजिकच पालकांचा खिसाच कामी येणार असतो.

टीनएजर्सचं समाजातलं वागणं कसं असतं हे आपल्याला जशा जाहिराती शिकवतात, तसंच घरच्यांबरोबर वागणं कसं असतं यावरही छान प्रकाश टाकतात. काही वर्षांपूर्वी एक जाहिरात होती. त्यात एक बाबा आपल्या मुलाच्या खोलीकडे पाहून त्याला खूप रागवत असतो. खोलीभर पसारा पडलेला असतो. बाबा बोल बोल बोलतो. निघून जातो. तो निघून गेल्यावर हा मुलगा शांतपणे कानातले हॅन्ड्सफ्री काढतो. थोडक्यात, त्याने काहीच ऐकलेलं नसतं. बाबा रागवत असताना तो गाणी ऐकत असतो. किती शिकवते ही जाहिरात पालकांना! तुम्ही कितीही बोला मुलांवर त्याचा परिणाम शून्यच होणार आहे या वयात. (तरीही मुलांनी आपलं ऐकावं असं वाटत असेल तर पालकांनी नवे उपाय शोधले पाहिजेत.)

आणखी एका जाहिरातीत आई-बाबा हौसेने मुलाला घेऊन नातेवाइकांकडे गेलेले असतात. त्याला खूपच कंटाळा आलेला असतो. मग तो मोबाईल, इंटरनेट, व्हॉट्सॲपवरून मित्रांच्या संगतीत राहतो. मग कुठे त्याला बरं वाटतं. ही जाहिरात दोनेक वर्षांपूर्वीची आहे. आता खरंच व्हॉटसॲपवरून आपल्या माणसांच्या संगतीत राहता येतं. मुलांनाच नाही, तर आई-बाबांनाही याची भुरळ पडली आहे.

- *मुलांना या वयात मोठं झाल्यासारखं वाटत असतंच. गरज असते ते आई-बाबांनी जरा लहान व्हायची, वयाच्या एक-दोन पायऱ्या खाली येण्याची. प्रत्येक गोष्ट आई-बाबांच्या पालकत्वाच्या चष्यातून न बघता टीनएजच्या फुलपाखरी नजरेतून बघण्याची!*
- *वेळीच एक टाका घातला तर पुढचे नऊ टाके घालावे लागत नाहीत, या म्हणीनुसार सुरुवातीपासून संवाद नीट ठेवला तर नात्यातलं प्रेम आटणार नाही.*

खलील जिब्रान यांच्या मते, 'मूल म्हणजे आईबापरूपी धनुष्यातून सुटलेला बाण.' ही उपमा फारच समर्पक आहे. बाण हा कधी तरी सुटणारच आहे, हे माहीत हवं. मात्र, बाण शक्यतो वेडावाकडा सुटायला नको, म्हणून काळजी घ्यायला हवी.

मूल ही काही वस्तू नाही. दरक्षणी अंतर्बाह्य बदलत जाणारा तो अतिशय सुबुद्ध आणि स्वतंत्र असा मानवी जीव आहे. हे मूल एखाद्या रोपासारखंच वाढणार आहे... फुलणार आहे... सुरुवातीला खतपाणी घालावं लागेल. कीड लागू नये म्हणून काळजी घ्यावी लागेल. पण एक दिवस स्वतःच्या स्वतंत्र भक्कम खोडावर उभं राहणार आहे.

■

My child

My child...
My child is not my easel, to paint,
Nor my diamond to polish!
My child is not my trophy to flaunt,
Nor my dummy to taunt!
My child is not my badge or my honor
Nor my respect that he / she must protect.
My child is not my idea or fantasy nor my reflection or legacy
My child is not my puppet or my project
Nor my pawn or my cadet,
My child is here to fumble and stumble,
To get in and out of trouble,
My child is here to try to fall and to cry,
My child is here to unravel the mysteries,
To educate oneself rewrite histories.
My child is here to make him /her own choice.
To exercise his / her freewill experience the consequence,
a parent my task is to make my child able capable,
to keep aside my ego be by his / her side,
My task is to guide and educate to let be not be frustrate,
My task is to allow his /her to ponder,
And see my child grow into wonder.

डॉ. श्रुती पानसे
अंकुर माध्यम, ६, चिपळूणकर भवन, पूना हॉस्पिटल चौक, लाल बहादूर शास्त्री रस्ता, पुणे - ३०
ई-मेल : drshrutipanse@gmail.com

शिक्षण : एम. ए (मराठी); पीएच. डी. (शिक्षणशास्त्र)

- 'अंकुर माध्यम' तर्फे महाराष्ट्रभरातील विविध शाळा - महाविद्यालयांमध्ये शिक्षणविषयक कार्यशाळा
- शिक्षणविषयक परिषदांमध्ये संशोधन निबंध सादर
- विविध शिक्षणसंस्थांमधून व्याख्याने
- विविध सामाजिक - शैक्षणिक संशोधन प्रकल्पांमध्ये सहभाग
- विविध शैक्षणिक संस्थांचे डॉक्युमेंटेशन
- विशेष व सामान्य मुलांसाठी शैक्षणिक साहित्य निर्मिती; 'इना मिका शिका' या मुलांसाठीच्या शैक्षणिक साधनांच्या प्रदर्शनाचे आयोजन
- दैनिक *सकाळ, सकाळ साप्ताहिक* यांच्यासह महाराष्ट्रातील आघाडीच्या वर्तमानपत्रांमध्ये आणि मासिकांमध्ये लेखन; लेखमाला प्रकाशित
- बालमानसशास्त्र, मेंदू आणि शिक्षण यावर पुस्तके प्रकाशित :
  पाळणाघर असे हवे!
  अभ्यास आनंददायी कसा कराल?
  आधुनिक स्फूर्तिकथा
  गृहपाठ
  डेअर टू ड्रीम
  व्यक्तिमत्त्व विकास इयत्ता : नववी
  पहिली आठ वर्षं
  अशी का वागतात मुले?
  मुलांचे ताण : जबाबदारी पालकांची
  दप्तराचे ओझे
  शिक्षा...?
  उत्तरांच्या वाटेवर
  व्यक्तिमत्त्व विकास इयत्ता : दहावी
- 'मोठ्यांचे घर उन्हात' हा नभोवाणी कार्यक्रम
- टी.व्ही आणि आकाशवाणीवर शिक्षणविषयक अनेक चर्चांमध्ये सहभाग

www.ingramcontent.com/pod-product-compliance
Lightning Source LLC
LaVergne TN
LVHW051108051026
849532LV00004BB/1478
* 9 7 8 9 3 8 4 3 1 6 7 0 9 *